ஒரு பெண்மணியின் கதை

ஒரு பெண்மணியின் கதை

எஸ்.ஆர். கிருஷ்ணமூர்த்தி (பி. 1942)
மொழிபெயர்ப்பாளர்

புதுவைப் பல்கலைக்கழக முன்னாள் பிரெஞ்சுத் துறைத் தலைவர், வாழ்வியல் புலத் தலைவர், பல்கலைக்கழக மானியக் குழுவின் தகைசால் அறிஞர். பிரெஞ்சு அரசின் ஷெவாலியே, ஒஃபீசியே, கொமாந்தர் ஆகிய விருதுகளையும் மொழிபெயர்ப்புக்காக ரொமேன் ரொலான் விருதையும் பெற்றவர். பிரெஞ்சு, ஆங்கிலம், தமிழ் ஆகிய மொழிகளில் பல மொழிபெயர்ப்புகள் செய்திருக்கிறார்.

அன்னி எர்னோ

ஒரு பெண்மணியின் கதை

பிரெஞ்சிலிருந்து தமிழில்
எஸ்.ஆர். கிருஷ்ணமூர்த்தி

காலச்சுவடு பதிப்பகம்

அன்பார்ந்த வாசகருக்கு,

வணக்கம்.

காலச்சுவடு நூலை வாங்கியமைக்கு நன்றி.

நூலின் உள்ளடக்கம், உருவாக்கம், அட்டைப்படம் இன்ன பிற அம்சங்கள் பற்றிய உங்கள் கருத்துகளையும் ஆலோசனைகளையும் காலச்சுவடு வரவேற்கிறது. தகவல், எழுத்து, வாக்கியப் பிழைகள் தென்பட்டால் கட்டாயம் தெரிவித்து உதவுங்கள். நூல் தயாரிப்பில் கடும் குறைபாடு இருப்பின் மாற்றுப் பிரதி உங்களுக்குக் கிடைக்கக் காலச்சுவடு ஏற்பாடு செய்யும்.

மின்னஞ்சல்: **publisher@kalachuvadu.com**

காலச்சுவடு நாகர்கோவில் அலுவலகத்துக்குக் கடிதம் அனுப்பலாம்.

தங்கள்
எஸ்.ஆர். சுந்தரம் (கண்ணன்)
பதிப்பாளர் – நிர்வாக இயக்குநர்

PAP TAGORE
www.bibliofrance.in

The work is published with the support of the Publication Assistance Programmes of the Institut Français

UNE FEMME by Annie ERNAUX
© Éditions Gallimard, Paris, 1987

ஒரு பெண்மணியின் கதை ❖ நாவல் ❖ ஆசிரியர்: அன்னி எர்னோ ❖ பிரெஞ்சிலிருந்து தமிழில்: எஸ்.ஆர். கிருஷ்ணமூர்த்தி ❖ முதல் பதிப்பு: டிசம்பர் 2023 ❖ வெளியீடு: காலச்சுவடு பப்ளிகேஷன்ஸ் (பி) லிட்., 669, கே.பி. சாலை, நாகர்கோவில் 629001

காலச்சுவடு பதிப்பக வெளியீடு: 1272

oru peNmaNiyin katai ❖ Novel ❖ Author: Annie Ernaux ❖ Translated from French by S.R. Kichenamourty ❖ Language: Tamil ❖ First Edition: December 2023 ❖ Size: Demy 1 x 8 ❖ Paper: 18.6 kg maplitho ❖ Pages: 72

Published by Kalachuvadu Publications Pvt. Ltd., 669, K.P. Road, Nagercoil 629001, India ❖ Phone: 91-4652-278525 ❖ e-mail: publications@kalachuvadu.com ❖ Printed at Mani Offset, Chennai 600077

ISBN: 978-81-19034-81-9

12/2023/S.No. 1272, kcp 4951, 18.6 (1) 9ss

முரண்பாடு என்பது அறிவுக்கு எட்டாத ஒன்று என நினைப்பது தவறு. ஏனென்றால், உண்மையில் அது உயிர் வாழ்பவர்கள் துன்பத்திலெல்லாம் இருந்து கொண்டுதான் இருக்கிறது.

ஹெய்கல்

மொழிபெயர்ப்பாளரின் குறிப்பு

நோபல் பரிசு பெற்ற பிரெஞ்சு எழுத்தாளர் அன்னி எர்னோவின் பெரும்பாலான படைப்புகள் அவருடைய சொந்த வாழ்க்கையையே பின்புலனாகக் கொண்டவை. இருப்பினும், அவற்றில் ஒரு சமூகவியல் பார்வை வெளிப்படும். தந்தைக்கோர் இடம் எனும் நூலில் அவர் தன் தந்தையைப் பற்றிப் பேசுகிறார். அதில் அடித்தட்டு மக்கள் கல்வியின் மகத்துவத்தைப் புரிந்துகொள்ளாமல் இருப்பது எவ்வாறு அவர்கள் முன்னேற்றத்துக்கு முட்டுக்கட்டையாக அமைகிறது என்பதை எடுத்துக்காட்டுகிறார்.

ஒரு பெண்மணியின் கதையில் அவர் தன் தாயை முன்னிலைப்படுத்துகிறார். ஆரம்பப் பள்ளியோடு தன் படிப்பை முடித்துக்கொண்ட அவள் கல்வியின் அவசியத்தை உணர்ந்து தன் மகள் உயர்கல்வி பெறுவதில் முனைப்போடும் அர்ப்பணிப்பு உணர்வோடும் செயல்படுகிறாள். பெண்ணியக் கருத்துகள் மேலோங்கிவரும் இந்நாட்களில், சமூகத்தில் சந்திக்கும் தளைகளையும் தடைகளையும் தகர்த்தெறிய விரும்பும் பெண்களுக்குக் கல்வி ஓர் இன்றியமையாத சாதனம் என்பதை அன்னி எர்னோ வலியுறுத்துகிறார். அதே சமயம், முதலாளித்துவத்தை முன்னெடுத்துச் செல்லும் நாடுகளில் ஒன்றான பிரான்ஸின் பரிணாம வளர்ச்சியையும் படம்பிடித்துக் காட்டுகிறது இந்த நூல்.

ஏப்ரல் மாதம் 7ஆம் தேதி, திங்கள் கிழமை, என் தாயார் போந்துவாஸ் மருத்துவமனையைச் சேர்ந்த முதியோர் இல்லத்தில் இறந்துபோனாள். இரண்டு ஆண்டுகளுக்கு முன் அவளை அங்குதான் சேர்த்திருந்தேன். தொலைபேசியில், செவிலி ஒருவர் "உங்கள் தாயார் இன்று காலை உணவருந்தியபின் இறந்துவிட்டார்" என்று அறிவித்தார். அப்போது மணி பத்து.

❍

முதன் முறையாக அவளின் அறைக்கதவு மூடப் பட்டிருந்தது. அவளைக் குளிப்பாட்டிவிட்டிருந் தார்கள். தலையைச் சுற்றி ஒரு வெள்ளைத் துணியால் கட்டுப் போட்டிருந்தார்கள். அந்தத் துணி தாடைக்குக் கீழ் சென்றதால், இறுக்கமான அவளுடைய தோல் வாயையும், கண்களையும் தூக்கிப் பிடித்துக்கொண்டிருந்தது. ஒரு போர்வை யால் அவள் கைகளை மறைத்துத் தோள்வரை மூடியிருந்தார்கள். அவள் ஓர் எகிப்திய கல்லறைச் சடலம்போல் காட்சியளித்தாள்.

அவள் எழுந்திருக்க முடியாதபடி கட்டிலைச் சுற்றி சட்டங்கள் வைத்துத் தடுத்திருந்தார்கள். ஓரத்தில் கொக்கிப் பின்னல் தைத்திருந்த வெள்ளை ஆடையை அவளுக்கு அணிவிக்க விரும்பினேன். அடக்கம் செய்யும்போது அணிந்திருப்பதற்காக அதை அவளே வாங்கியிருந்தாள். அங்கு சேவை செய்யும் வேறொரு பெண் அதனைப் போட்டு விடுவாள் என்றும், மேசை டிராயரிலிருந்த சிலுவையையும் அவளே வைத்துவிடுவாள் என்றும் செவிலியொருவர் சொன்னார். சிலுவையைப் பொருத்தும் இரண்டு திருகுகளைக் காணவில்லை. செவிலிக்கு அவற்றைத் தேடி எடுக்க முடியும் என்ற

நம்பிக்கையும் இல்லை. பரவாயில்லை. எப்படியாவது சிலுவையை அம்மாவின் மீது வைத்தால் போதும் என்றிருந்தது எனக்கு. நான் முந்தைய நாள் கொண்டுவந்திருந்த ஃபோர்சீத்தியா பூச்செண்டு மேசை மேலிருந்தது. நான் உடனே , மருத்துவ மனையின் பிறப்பு – இறப்பு பதிவகத்துக்குப் போகவேண்டும் என்றார் செவிலி. அந்த நேரத்தில் என் அம்மாவிற்குச் சொந்தமான பொருட்களையெல்லாம் பொறுக்கிப் பட்டியலிடவிருந்தார் களாம். அவளிடம் பெரிதாக ஒன்றுமில்லை. ஒரு புதிய ஆடை, ஒரு சோடி நீல நிறக் காலணி, ஒரு மின்சார சவரக் கருவி – இவைதான் அவள் வைத்திருந்தது. அங்கு ஒரு பெண்மணி பல மாதங்களாகக் கத்திக்கொண்டிருந்தாள். அப்பெண்மணி இன்னும் உயிரோடிருக்கும்போது என் அம்மா இறந்ததை என்னால் புரிந்துகொள்ள முடியவில்லை.

பதிவகத்தில், ஓர் இளம் பெண் என்ன விஷயம் என்று கேட்டாள். “இன்று காலை என் அம்மா இறந்துவிட்டாள்” என்றேன். “மருத்துவமனையிலா அல்லது மருத்துவமனை காப்பகத்திலா?” என்று கேட்டாள். ஒரு கையேட்டைப் பார்த்ததும் அவள் முகத்தில் ஒரு புன்னகை தென்பட்டது. அவளுக்கு எல்லாம் தெரிந்திருந்தது. உடனே உள்ளே சென்று என் அம்மா சம்பந்தப்பட்ட ஆவணத்தை எடுத்து வந்தாள். பின்னர் என் அம்மா பிறந்த இடம், கடைசியாக அவள் வாழ்ந்த இருப்பிடத்தின் முகவரி குறித்தெல்லாம் மேலும் சில கேள்விகள் கேட்டாள். அந்தத் தகவல்களெல்லாம், கோப்பில் இருக்க வேண்டுமாம்.

என் அம்மா இருந்த அறையில் ஒரு நெகிழிப்பையில் என் அம்மாவின் பொருட்களையெல்லாம் சேர்த்து வைத்திருந் தார்கள். ஒரு பட்டியலை நீட்டி செவிலியர் கையெழுத்துப் போடச் சொன்னார். அவள் துணிமணிகளையும் பொருட்களை யும் எடுத்துக்கொண்டு போக எனக்கு விருப்பமில்லை. அப்பாவோடு லிசியே தேவாலயத்துக்கு யாத்திரை போகும் போது வாங்கிய ஒரு சின்ன சிற்பத்தையும், அன்னெசி நகரின் நினைவாக, புகைக்கூடு சுத்தம் செய்யும் ஒரு தொழிலாளியின் சிற்பத்தையும் எடுத்துக்கொண்டேன். அவ்வளவுதான். இறந்தவர் உடலை நெருங்கிய உறவினர்கள் வருகைக்காக இறந்த இடத்திலேயே இரண்டு மணி நேரம் வைத்திருக்க வேண்டும் என்பது விதி. ஆனால், நான் அங்கேயே இருந்ததால், என் அம்மாவின் உடலைப் பிணவறைக்கு எடுத்துச் செல்லலாம் என்று சொல்லிவிட்டேன். நான் கிளம்பி வரும்போது, என் அம்மாவின் அறையைப் பகிர்ந்துகொண்ட பெண்மணியைப் பார்த்தேன். அவள் ஒரு கைப்பையை வைத்துக்கொண்டு உட்கார்ந்திருந்தாள். என் அம்மாவின் உடல் பிணவறைக்கு

எடுத்துச் செல்லும் வரை அவளைச் சற்றுப் பொறுமையாக இருக்கச் சொல்லியிருந்தார்கள்.

❍

என்னுடைய முன்னாள் கணவர் ஈமச் சடங்கின்போது என்னுடன் இருந்தார். செயற்கை மலர்கள் குவிந்திருந்த இடத்துக்குப் பின்னால் நாற்காலிகள் போடப்பட்டிருந்தன. ஒரு தாழ்வான மேசையும் கிடந்தது. அதன்மேல் பத்திரிகைகளை அடுக்கி வைத்திருந்தார்கள். அலுவலர் ஒருவர் எங்களைத் தன் அலுவலகத்துக்கு அழைத்துச் சென்றார். அம்மா இறந்த நாள் பற்றியும், அடக்கம் செய்யப்போகும் இடம் பற்றியும், கோவில் பூசை நடக்கப் போகிறதா என்பது பற்றியும் கேள்விகள் கேட்டார். பெரிய கையேடு ஒன்றில் எல்லாத் தகவல்களையும் குறித்துக் கொண்டார். அவ்வப்போது ஒரு கணக்குப் பொறியையும் தட்டிப் பார்த்துக்கொண்டார். பின்னர் எங்களை இருட்டான – சன்னல்கள் இல்லாத – அறையொன்றுக்கு அழைத்துச் சென்று விளக்கை எரியவைத்தார். பத்துக்கும் மேற்பட்ட சவப்பெட்டிகள் சுவரில் சாய்த்து வைக்கப்பட்டிருந்தன. "நாங்கள் வசூலிப்பதில் வரியும் அடங்கும்" என்றார். நாங்கள் தேவையான வண்ணத்தைத் தேர்ந்தெடுக்க வசதியாக மூன்று பெட்டிகளைத் திறந்து வைத்திருந்தார்கள். நான் 'ஓக்' மரத்தைத் தேர்ந்தெடுத்தேன். அம்மாவுக்கு ஓக் மரம்தான் பிடிக்கும். ஒவ்வொரு தடவையும் புதிதாக ஒரு மரச்சாமான் வாங்கும்போதும், அது ஓக் மரந்தானா என்று பார்த்து வாங்குவாள். உள்வரிப் பூச்சுக்கு என் முன்னாள் கணவர் ஊதா நிறத்தைத் தேர்ந்தெடுத்தார். அம்மா ஊதா நிற ரவிக்கையைத்தான் விரும்பி அணிவாள் என்பது அவர் நினைவுக்கு வந்ததாம். அதை அவர் பெருமையோடும் சற்று மகிழ்ச்சியோடும் சொன்னார். கடை சிப்பந்திக்கு ஒரு காசோலை எழுதிக் கொடுத்துவிட்டு நகர்ந்தேன். நிஜப்பூ வாங்கி வருவதைத் தவிர மற்ற வேலைகளையெல்லாம் அவர்களே பார்த்துக் கொள்வார்கள். நான் வீட்டுக்குப் போய்ச் சேர நண்பகலாகி விட்டது. என் முன்னாள் கணவனும் நானும் கொஞ்சம் மது அருந்தினோம். தலைவலியும் வயிற்றுவலியும் என்னை வாட்டத் தொடங்கின.

ஐந்து மணி வாக்கில், மருத்துவமனையைத் தொலைபேசி மூலம் தொடர்புகொண்டு என் இரண்டு மகன்களோடு நான் பிணவறைக்குச் சென்று அம்மாவைப் பார்க்கலாமா என்று கேட்டேன். தொலைபேசியின் மறுமுனையிலிருந்து பேசியவர் பிணவறை நாலரை மணிக்கே மூடியிருப்பார்களென்றும், ஆதலால் போய்ப் பார்க்க முடியாதென்றும் சொல்லிவிட்டார்.

நான் மட்டும் தனியாகக் காரை எடுத்துக்கொண்டு மருத்துவ மனைக்குப் பக்கத்தில் புதிதாக உதயமாகி இருக்கும் நகர்களில் எங்காவது பூக்கடைகள் இருக்கின்றனவா எனத் தேடி அலைந்தேன். ஒரு கடையில் வெள்ளை அல்லி மலர்களைக் கேட்டேன். கடை உரிமையாளர் ஒரு பெண். வெள்ளை அல்லி மலர்கள் குழந்தைகளுக்கும், மிஞ்சிப் போனால் இளவயது பெண்களுக்கும்தான் உகந்தவை என்று அவள் ஆலோசனை கூறினாள்.

❍

புதன்கிழமை அடக்கம் செய்யப்பட்டது. மருத்துவமனைக்கு என் பிள்ளைகளோடும், என் முன்னாள் கணவரோடும் நான் வந்திருந்தேன். பிணவறைக்குப் போகும் வழி அம்புக்குறி போட்டுக் காட்டப்படவில்லை. அங்குமிங்கும் அலைந்தோம். அது கான்கிரீட் கட்டடம். வயல்களை ஒட்டி இருந்த அந்தக் கட்டடத்தில் மாடிகள் இல்லை. வெள்ளையுடையணிந்த அலுவலர் ஒருவர் தொலைபேசியில் உரையாடிக்கொண்டிருந்தார். எங்களை ஹாலில் அவர் உட்காரச் சொன்னார். சுவரையொட்டி வரிசையாகப் போடப்பட்டிருந்த நாற்காலிகளில் உட்கார்ந்தோம். எதிரே கழிவறைகள் திறந்தபடி இருந்தன. என் அம்மாவை மீண்டும் நான் பார்க்க விரும்பினேன். என் பையில் இருந்த இரண்டு ‘ஜப்பானிக்கா’ மலர்களை அவள் மீது வைக்க விரும்பினேன். சவப்பெட்டியை மூடுவதற்கு முன் கடைசியாக ஒருமுறை அவளைப் பார்க்க அனுமதிப்பார்களா என்று தெரிய வில்லை. அடக்கம் செய்யும் நிறுவனத்திலிருந்து வந்திருந்த அலுவலர் பக்கத்திலிருந்த ஓர் அறையிலிருந்து வந்து எங்களை மரியாதையுடன் அழைத்துச் சென்றார். என் தாயார் சவப்பெட்டிக்குள் இருந்தாள். தலை பின்னுக்குத் தள்ளப் பட்டும், கைகள் சிலுவையில் பதிந்தும் இருந்தன. அவளைச் சுற்றி இருந்த மெல்லிய துணியை அகற்றிவிட்டு அவளுக்கு இரவு அங்கி போட்டிருந்தார்கள். அவள் மீது சாத்தப்பட்டிருந்த கறுப்புத் துணி மார்பு வரை மூடியிருந்தது. நாங்கள் நின்றுகொண்டிருந்த ஹால் பிரம்மாண்டமான கான்கிரீட் ஹால். அங்கு நிலவிய மங்கலான ஒளி எங்கிருந்து வந்ததெனத் தெரியவில்லை.

பார்வையாளர் நேரம் முடிந்துவிட்டது என்று சொல்லி விட்டு, அலுவலர் எங்களைத் தாழ்வாரத்துக்கு அழைத்து வந்தார். அவர் அம்மாவிடம் எங்களை அழைத்துச் சென்றதற்கான காரணம் அவர்கள் நிறுவனத்தின் சிறப்பான சேவையை நாங்கள் அங்கீகரிக்க வேண்டும் என்பதற்காகத்தான் என்று நினைக்கிறேன். பின்னர் நாங்கள் புதிய குடியிருப்புகளைத் தாண்டி

கலாச்சார மையத்தருகில் கட்டப்பட்டிருந்த தேவாலயம் வரை சென்றோம். சவப்பெட்டி இன்னும் வராததால் தேவாலயத்தின் முன் காத்திருந்தோம். எங்களுக்கெதிரில் இருந்த பேரங்காடி முகப்பில் "பணம், பொருட்கள், அரசு ஆகியவை மூன்றும்தான் இனவொதுக்கலைத் தூக்கிப் பிடிக்கும் தூண்கள்" என்று தாரினால் எழுதப்பட்டிருந்தது. பாதிரியார் ஒருவர் மிகவும் கனிவுடன் நெருங்கி வந்தார். "இது உங்கள் தாயாரா?" என்று கேட்டுவிட்டு என் பிள்ளைகளிடம் அவர்கள் படிப்பைப் பற்றி விசாரித்தார்.

கோவில் பலிபீடத்துக்கெதிரில் சிமெண்ட் தரையில் ஒரு சிறு கட்டில் போடப்பட்டிருந்தது. அதன் ஓரத்தை ஒரு சிவப்பு வெல்வெட் அலங்கரித்தது. கொஞ்ச நேரம் கழித்து அதில் என் அம்மாவின் சவப்பெட்டியைக் கொண்டு வந்து வைத்தார்கள். பாதிரியார் ஓர் இசைத்தட்டை இயங்க வைத்து வாத்திய இசை எழும்பச் செய்தார். அம்மாவை அங்கு யாருக்கும் தெரியாததால், பூசையின்போது நாங்கள் மட்டுமே இருந்தோம். பாதிரியார் 'நிரந்தர ஜீவியத்தைப்' பற்றியும் 'சகோதரியின் உயிர்த்தெழுதல்' பற்றியும் பேசினார். தெய்வ கீதங்கள் பாடினார். என் அம்மாவுக்காக இன்னும் கொஞ்ச நேரம் இந்தச் சடங்குகளெல்லாம் நீடித்தால் தேவலாம்போலிருந்தது எனக்கு. வாத்திய ஒலி அடங்கியது. பாதிரியார் சவப் பெட்டியின் மேலிருந்த மெழுகுவர்த்திகளை ஒவ்வொன்றாக அணையச் செய்தார்.

சவ ஊர்வலத்துக்கான கார் நார்மண்டியிலிருந்த ஈவ்த்தோ (Yvetot) நோக்கிப் புறப்பட்டது. அங்குதான் அப்பாவின் சமாதிக்கு அடுத்தாற்போல் அம்மாவை அடக்கம் செய்யவிருந்தோம். என் பிள்ளைகளுடன் என் சொந்த காரில் நான் புறப்பட்டேன். வழியெங்கும் மழை. சூறைக்காற்று. பையன்கள் பூசையைப் பற்றிக் கேட்டார்கள். அதற்கு முன் அவர்கள் அதைப் பார்த்ததில்லை. பூசையின்போது எப்படி நடந்துகொள்ள வேண்டுமென்று கேட்டுக்கொண்டே வந்தார்கள்.

ஈவ்த்தோவில் கல்லறை வாசலில் குடும்ப உறுப்பினர்கள் குவிந்திருந்தார்கள். என் சித்தப்பா மகளில் ஒருத்தி நாங்கள் ஒன்றுமே பேசாமல் வருவதைப் பார்த்து "என்ன மோசமான காலநிலை. நவம்பர் மாதம் போலல்லவா இருக்கிறது" என்று உரத்த குரலில் சொன்னாள். அப்பாவின் சவக்குழியை நோக்கி எல்லோரும் ஒன்றாகப் போனோம். அது தோண்டப்பட்டிருந்தது. ஒரு பக்கமாக மஞ்சள் நிற மண் குவிக்கப்பட்டிருந்தது. அம்மாவுடைய சவப்பெட்டி கொண்டுவரப்பட்டது. குழிக்குமேல் கயிற்றைப் பிடித்து அதை நிறுத்தி வைத்துவிட்டு, குழியில் அது

இறங்குவதைப் பார்க்கும் பொருட்டு என்னைக் கூப்பிட்டார்கள். குழியை மூடுபவர் மண்வெட்டியோடு சில மீட்டர் தூரத்தில் நின்றுகொண்டிருந்தார். நீல உடையும் தொப்பியும், பூட்ஸும் அணிந்திருந்தார். அவர் நிறம் ஊதாவாக இருப்பதுபோல் தோன்றியது. அவரிடம் பேச வேண்டும், அவருக்கு நூறு ஃபிரான் பணம் கொடுக்க வேண்டும் என்ற ஆவல் பிறந்தது. என் அம்மாவை மூடிவிட்டு அவர்தான் கடைசியாக வெளியேறப் போகிறார். கொஞ்சம் மதுவருந்திவிட்டு வந்தால்தான் அவரால் வேலையைச் சிரமமின்றி முடிக்க முடியும்.

நான் சாப்பிடாமல் திரும்பிப் போவதைக் குடும்ப உறுப்பினர்கள் விரும்பவில்லை. என் அம்மாவின் சகோதரி ஓர் உணவு விடுதியில் நாங்கள் சாப்பிடுவதற்கு ஏற்பாடு செய்திருந்தாள். நான் அதற்காகத் தங்கினேன். அம்மாவுக்கு நான் செய்யும் கடமைகளில் அதுவும் ஒன்றாகத் தோன்றியது. உணவு மெதுவாகப் பரிமாறப்பட்டது. வேலையைப் பற்றியும், பிள்ளைகளைப் பற்றியும் சில சமயம் அம்மாவைப் பற்றியும் பேசிக்கொண்டிருந்தோம். "அவள் இருந்த நிலையில் பல ஆண்டுகள் உயிர் வாழ்ந்தது தேவையா?" என்றனர். அவர்களைப் பொறுத்தவரையில் அவள் இறந்துபோனதே மேல் என்றிருந்தது. ஆனால், அந்த வாக்கியத்தை – அந்தக் கருத்தை என்னால் ஏற்றுக்கொள்ள முடியவில்லை. மாலையில் நாங்கள் பாரீஸ் நோக்கிக் கிளம்பிவிட்டோம். உண்மையில் எல்லாம் முடிந்து விட்டது.

❍

அதற்கு அடுத்த வாரம் நான் எதற்கெடுத்தாலும் அழுது கொண்டே இருந்தேன். காலையில் விழித்தெழுந்ததும், அம்மா இறந்துவிட்டதை உணர்வேன். ஆழ்ந்த கனவுகள் நீங்கி இருக்கும். அக்கனவுகளில் அம்மா இருந்திருப்பாள் – ஜடமாக! கடைக்குப் போவது, பொருட்கள் வாங்குவது, துணிமணிகளைச் சுத்தம் செய்வது, சமைப்பது முதலான அன்றாட வாழ்க்கைக்குத் தேவையான வேலைகளைத் தவிர எனக்கு வேறு எந்த வேலையும் செய்ய முடியவில்லை. பல சமயங்களில் எந்த வேலையை முதலில் செய்வது, எந்த வேலையைப் பின்னால் செய்வது என்பதை மறந்திருக்கிறேன். காய்கறிகளை வெட்டுவேன். அவற்றைக் கழுவ வேண்டுமென்ற அடுத்த வேலையைச் சற்று சிந்தித்த பின்தான் செய்வேன். படிப்பதென்பது இயலாத காரியமாகிவிட்டது. ஒருநாள், வீட்டின் அடித்தள அறைக்கு இறங்கிச் சென்றேன். என் அம்மாவுடைய பெட்டி அங்குத் திறந்து கிடந்தது. அதில் அவளுடைய பர்ஸ், கைப்பை, ஸ்வெட்டர்கள்

எல்லாம் இருந்தன. அந்தப் பெட்டியின் முன் பித்துப் பிடித்தது போல் நின்றேன். நகரத்துக்குப் போகின்றபோது என் நிலைமை மேலும் மோசமாகிவிடும். கார் ஓட்டிக்கொண்டிருப்பேன். திடீரென "அவள் இந்த உலகின் எந்த மூலையிலும் இருக்க மாட்டாள்" என்ற உணர்வு வரும். மக்களின் வழக்கமான செய்கை களை என்னால் கண்டுபிடிக்க முடியவில்லை. இறைச்சிக் கடையில், சிலர் அபரிமிதமான கவனத்துடன் இறைச்சி வாங்குவது எனக்கு வெறுப்பாக இருந்தது.

கொஞ்சம் கொஞ்சமாக அந்த நிலைமை மாறியது. இருந்தும் கூட, குளிர்ந்த காலநிலையும், பெய்துகொண்டிருந்த மழையும் அந்த மாதத் தொடக்கத்தில் அம்மா உயிருடன் இருந்த காலகட்டத்தை நினைவூட்டியது. அது எனக்கு மனநிறைவை அளித்தது. சில நேரங்களில் வெறுமை உணர்வு ஏற்பட்டதுமுண்டு. "அவள் இல்லை. ஆகையால், இதைச் செய்யவேண்டாம்... அதைச் செய்யத் தேவையில்லை" என்பது போன்ற எண்ணம் மனதில் தோன்றி மறைந்தது. "அம்மாவால் பார்க்கமுடியாத முதல் வசந்தம்" என்பது போன்ற வாக்கியங்கள் எல்லோருக்கும் உதிப்பதுபோல் என் மனதிலும் உதிக்கும்.

அம்மாவை அடக்கம் செய்து நாளையோடு மூன்று வாரங்கள் ஆகிவிடும். நேற்றைக்கு முன்தினம்தான் துணிந்து ஒரு வெள்ளைத் தாளில் எழுதினேன். யாரோ ஒருவருக்கான கடிதமல்ல. "அம்மா இறந்துவிட்டாள்" என்றுதான் எழுதினேன். அவளுடைய புகைப்படங்களைப் பார்த்தேன். ஒரு புகைப்படத்தில், அம்மா காலை மடக்கிக்கொண்டு உட்கார்ந்திருந்தாள். அது ஒரு கறுப்பு வெள்ளைப் படம். ஆனால், அதில் அவளது செம்பட்டை முடியையும், அவள் அணிந்திருந்த ஆடையின் நிறத்தையும் பார்ப்பதுபோலிருந்தது.

என் அம்மாவைப் பற்றித் தொடர்ந்து நான் எழுதப் போகிறேன். என் வாழ்க்கையில் இடம்பிடித்த ஒரே பெண்மணி அவள்தான். இரண்டு ஆண்டுகளாக, அவள் அறிவாற்றல் இழந்த நிலையில் இருந்தாள். என் தந்தையின் மறைவு, என் கணவரோடு பிரிவு போன்ற அனைத்து நிகழ்வுகளும் என் கடந்த காலத்தில் கலந்துவிட்டன – கரைந்துவிட்டன. அவளுடைய நோயும் இறப்பும் அதுபோல் என் கடந்த காலத்தில், கலந்து கரைந்து போகும்வரை நான் காத்திருக்கலாம். நினைவுகளைப் பகுத்தாய்வு செய்ய அதுபோன்ற இடைவெளி தேவைதான். ஆனால், தற்போது என்னால் வேறெதுவும் செய்ய முடியவில்லை.

○

என்னுடைய முயற்சி மிகவும் சிரமமானது. என்னைப் பொறுத்த வரையில் என் அம்மாவிற்கு வரலாறு கிடையாது. அவள் எப்போதும் அங்கேயே இருந்தாள். அவளைப் பற்றிப் பேசுவ தென்றால், முதலில் அவளைக் காலப் பரிமணத்திலிருந்து விலக்கிவிடுவேன். "ஒரு வன்முறையில் ஈடுபடும் பெண்" "எல்லா வற்றையும் எரித்துச் சாம்பலாக்கும் பெண்" – இப்படி அவள் தாறுமாறாகக் காட்சியளித்ததை மனதில் நிறுத்திக்கொள்வேன். என்னுடைய கற்பனையில் உறைந்திருக்கும் பெண்மணியாகப் பார்ப்பேன். அப்படித்தான் அவள் என் கனவுகளில் வந்து போய்க் கொண்டிருந்தாள். உயிர் பெற்றவளாக உலவிக்கொண்டிருந் தாள். குறிப்பிட்ட வயதென்று ஒன்றில்லாமல், திகில் படப் பின்புலத்தில் பிரசன்னமானாள். அதேசமயம், அவளை என்னோடு தொடர்பில்லாத – நார்மண்டிப் பிரதேசத்தில் ஒரு குக்கிராமத்தில் பிறந்து பாரிஸ் அரசு மருத்துவமனையில் முதியோர் பிரிவில் இறந்துபோன – ஒரு பெண்ணாகவும் பார்க்க விரும்புகிறேன். சரியாகச் சொல்லப்போனால், நான் எழுதுவது குடும்பமும் சமூகமும் சங்கமமாகும் இடத்திலும், தொன்மமும் வரலாறும் சந்திக்குமிடத்திலும் இடம்பெறும். என்னுடைய திட்டம் இலக்கியம் சார்ந்தது. ஏனென்றால், அவளைச் சொற்களால்தான் அணுகப்போகிறேன். (அதாவது புகைப்படங்கள், நினைவுகள், அல்லது குடும்பத்தினர் சாட்சியங்கள் ஆகியவையெல்லாம் அவள் பற்றிய உண்மையை வெளிப்படுத்தப் போவதில்லை.) ஆயினும், இலக்கியத்துக்கும் ஒரு படி கீழாகத்தான், என் படைப்பைக் கொண்டு சொல்ல விரும்புகிறேன்.

ருவான் (*Rouen*) நகருக்கும் லெ ஆவ்ர் (*Le Havre*) நகருக்கும் இடையில் ஒரு பீடபூமியில் அமைந்திருந்தது ஈவ்த்தோ நகரம். அங்கு எப்போதும் பலத்த காற்று வீசிக்கொண்டிருக்கும். குளிரும் அதிகம். இந்த நூற்றாண்டு தொடக்கத்தில், அது அந்த வட்டாரத்தின் வியாபார–நிர்வாக மையமாக இருந்தது. பெரு நிலச் சுவான்தாரர்கள் கைகளில் இருந்தது. பண்ணையொன்றில் வண்டிக்காரராக இருந்த என் பாட்டனாரும், வீட்டிலேயே துணி நெய்யும் தொழிலில் ஈடுபட்டிருந்த என் பாட்டியும் திருமணமாகிச் சில ஆண்டுகள் கழித்து அங்கு வந்து குடியேறினர். அவர்கள் இருவருமே அங்கிருந்து மூன்று கி.மீ தூரத்திலிருந்த ஒரு சிறு கிராமத்திலிருந்து வந்தவர்கள். அவர்கள் வாடகைக்கு எடுத்துக்கொண்ட சிறு வீட்டுக்குப் பின்புறம் ஒரு கொல்லை இருந்தது. ரயில் தண்டவாளத்தைத் தாண்டி, தெளிவற்ற

எல்லைகள் கொண்ட கிராமப்புறத்தில் வீடு இருந்தது. ஒரு பக்கம் ரயில் நிலையத்தை ஒட்டிய சிற்றுண்டி விடுதிகளும், மற்றொரு பக்கம் 'கோல்சா' வயல்களும் இருந்தன. அம்மா அங்குதான் 1906ஆம் ஆண்டு ஆறு பிள்ளைகளில் நான்காவது பிள்ளையாகப் பிறந்தாள் ("நான் பட்டிக்காட்டில் பிறக்கவில்லை" என்று அவள் பெருமையுடன் சொல்லிக்கொள்வதுண்டு.)

நான்கு பிள்ளைகள் தங்கள் வாழ்நாள் முழுதும் ஈவ்த்தோவை விட்டு நகரவில்லை. என் அம்மாவும் தன் வாழ்க்கையில் நான்கில் மூன்று பங்கு அங்குதான் வாழ்ந்திருக்கிறாள். நகரத்தில் நடமாடி இருக்கிறார்கள், ஆனால், நகரத்தில் வசித்ததில்லை. நகரத்தில் கோவில் பூசைக்குப் போவார்கள், கறி வாங்கப் போவார்கள். பணம் அனுப்பப் போவார்கள். அவ்வளவுதான். இப்போது, என் ஒன்றுவிட்ட சகோதரி ஒருத்திக்கு நகரின் மத்தியில் ஒரு வீடு இருக்கிறது. அவள் வாழுமிடம் வழியாக இரவும் பகலும் கனரக வாகனங்கள் கடந்து செல்லும் தேசிய நெடுஞ்சாலை – 15 இருக்கிறது. அவளுடைய பூனை சாலையைக் கடக்கும்போது அடிபட்டு இறந்துவிடாமலிருக்க அதற்கு இரவில் தூக்க மருந்து கொடுத்து விடுவாள். ஆனால், சிறுவயதில் அம்மா வாழ்ந்த பகுதியோ அமைதியானது. வீடுகள் பழமையானவை. ஆகையால் பணம் படைத்தவர்களெல்லாம் அதன் மேல் ஒரு கண் வைத்திருந்தார்கள்.

வீட்டில் என் பாட்டி வைத்ததுதான் சட்டம். கத்துவாள். பிள்ளைகளை நல்வழிப்படுத்துவதற்காக அடிப்பாள். கடுமையாக உழைப்பாள். அவளோடு ஒத்துப்போவது கடினம். அவளுக்குரிய ஒரே பொழுதுபோக்கு தொடர்கதைகள் படிப்பதுதான். அவளுக்கு எழுதும் திறமை உண்டு. ஆறாம் வகுப்பு பொதுத்தேர்வில் சுற்று வட்டாரத்தில் அவளுக்குத்தான் முதல் மதிப்பெண். அவள் பள்ளி ஆசிரியையாக வந்திருக்க முடியும். ஆனால், பெற்றோர்கள் அவளைக் கிராமத்தைவிட்டு வெளியில் அனுப்ப மறுத்தார்கள். குடும்பத்தை விட்டு வெகுதூரம் விலகிப்போவது பல பிரச்சினைகளுக்கு வழிவகுக்கும் என்று முழுமையாக நம்பினார்கள். (நார்மண்டி மொழியில், 'அம்பீஸியோம்' (= பேராவல்) என்பது பிரிவினால் வரும் துயரம் என்று பொருள்படும். ஒரு நாய்கூட 'அம்பீஸியோனால்' இறந்து போகக் கூடும்.) பதினோரு வயதிலேயே வீட்டுக்குள் முடங்கிப்போவதைப் புரிந்துகொள்ள, அக்காலச் சொல்லாடல்களைக் கவனிக்க வேண்டும் –"அந்தக் காலத்தில். . ." "அந்தக் காலத்தில் இப்போதுபோல் பள்ளிக்குச் செல்வதில்லை", "அந்தக் காலத்தில் பிள்ளைகள் பெற்றோர் சொல்வதைக் கேட்பார்கள். . ."

அவள் குடும்பத்தை ஒழுங்காகத்தான் நடத்தினாள். அதாவது, குறைந்த அளவு பணத்தை வைத்துக்கொண்டு குடும்பத்துக்கு உணவு, உடையெல்லாம் கிடைக்கும்படி செய்தாள். தேவாலயத்தில் குழந்தைகள் அணிந்திருக்கும் உடைகளில் கறையோ கிழிசலோ இருக்காது. நாட்டுப்புறம் என்ற எண்ணம் வரக்கூடாது என்பதில் கவனமாக இருப்பாள். சட்டைக் கைகளையும், காலர்களையும் நீண்டநாள் உழைக்கும்படி மடித்துவிடுவாள். அவளிடம் சேமித்து வைக்கும் பழக்கம் உண்டு. பால் ஆடை, கொஞ்சம் நாள்பட்ட ரொட்டி ஆகியவற்றைக் கொண்டு கேக் செய்வாள். துணி வெளுக்க சாம்பலைச் சேர்த்து வைப்பாள், அணலடுப்புச் சூட்டில் பிளம்ஸ்களை உலர வைப்பாள். பிடித்துணிகளைக் காயவைப்பாள். காலையில் சுடவைத்த தண்ணீரை நாள் முழுதும் கைகழுவப் பயன்படுத்துவாள். வறுமையைச் சமாளிக்கும் வழிகள் அனைத்தும் அவளுக்கு அத்துப்படி. பரம்பரை பரம்பரையாக வந்த அந்தக் கலை என்னுடைய காலம் வரை நீடித்தது. என்னால் அதனை ஆவணப்படுத்தத்தான் முடிந்தது.

○

என் தாய்வழிப் பாட்டனார் அன்பானவர், உடல் உறுதி கொண்டவர். ஆனால், தன் ஐம்பதாவது வயதில் மாரடைப்பால் அவர் காலமானார். என் அம்மாவுக்கு அப்போது பதிமூன்று வயது. தன் தந்தைமீது உயிரையே வைத்திருந்தாள். விதவையான என் பாட்டி முன்பைவிட இறுக்கமாகவும், எதைப் பார்த்தாலும் சந்தேகப்படுபவளாகவும் இருக்கத் தொடங்கினாள். (அவளுக்கு இரண்டு விஷயங்களில் பயம் – பையன்கள் சிறைக்குப் போவது, பெண்கள் திருமண உறவைத்தாண்டி கர்ப்பமாகி விடுவது.) வீட்டில் செய்யும் நெசவுத்தொழில் நின்றுபோன பின், துணி வெளுக்க ஆரம்பித்தாள். அலுவலகங்களில் கூட்டிப் பெருக்கும் வேலை செய்தாள்.

கடைசிக் காலத்தில் அவளுடைய கடைசிப் பெண்ணுடனும், மருமகனுடனும் ஆலைக்கிடங்கு ஒன்றில் வாழ்ந்தாள். மின்வசதி இல்லாத அந்த இடம் ரயில்பாதை ஓரமாக இருந்தது. ஞாயிற்றுக்கிழமைகளில் அம்மா அவளைப் பார்க்க அழைத்துச் செல்வாள். உயரம் குறைவாகவும், உடல் சற்றுப் பருமனாகவும் இருந்த அந்தப் பாட்டிக்குப் பிறப்பிலிருந்தே ஒரு காலைவிட இன்னொரு கால் குட்டையாக இருந்தபோதும் வேக வேகமாக நடப்பாள். நாவல்கள் படிப்பாள். பேசுவது குறைவு. வெடுக் வெடுக்கென்றுதான் பேசுவாள். கொஞ்சம் காஃபியோடு மதுவைக் கலந்து குடிப்பாள். அவள் 1952ஆம் ஆண்டில் இறந்து போனாள்.

என் அம்மாவின் குழந்தைப் பருவத்தைச் சுருக்கமாகச் சொல்ல வேண்டுமானால் இப்படித்தான் சொல்ல வேண்டும்:

– எப்போதுமே அடங்காத பசி. ரொட்டிக் கடையிலிருந்து வரும்போதே வாங்கியதில் பாதியைத் தின்றுவிடுவாள். "இருபத்தைந்து வயதுவரை, நான் கடலையும் அதில் வாழும் மீன்களையும்கூட விழுங்கி இருப்பேன்!" என்று சொல்வதுண்டு.

– எல்லாக் குழந்தைகளுக்கும் ஒரே அறையில்தான் தூக்கம். இன்னொரு சகோதரியுடன் ஒரே கட்டிலில்தான் படுக்கை. அவள் திடீரென எழுந்து நிற்பாள். கண்கள் திறந்திருக்கும். ஆனால், அவற்றில் தூக்கம் குடிகொண்டிருக்கும். தூக்கத்தில் நடக்கும் வியாதியால் கொல்லைப் புறத்தில் போய் நிற்பாள்.

– சகோதரிகள் ஒருவருக்குப் பின் ஒருவர் போட்டிருந்த சட்டைகள், செருப்புகள், கிறிஸ்துமஸ் சமயத்தில் ஒரு துணி பொம்மை, ஆப்பிள் பழ மதுவினால் குழிகளாகி விட்ட பற்கள்.

– ஆனால், ஏருக்குப் பயன்படுத்தப்படும் குதிரைமீது சவாரி, 1916ஆம் ஆண்டு குளிர்காலத்தின்போது, உறைந்திருந்த குளத்தின்மீது சறுக்கு விளையாட்டு, கண்ணாமூச்சி விளையாட்டு, கயிறு தாண்டும் விளையாட்டு, தெருச் சண்டை, தனியார் காப்பகத்துப் பெண்களிடம் வம்பு.

– பட்டிக்காட்டிலிருந்து வந்த பெண்களுக்குரிய நடவடிக்கையை மீறிய வாழ்க்கை, ஆண்பிள்ளைகளுக்கான திறமைகள், அதாவது, மரவேலை, ஆப்பிள் மரத்தை உலுக்கி ஆப்பிள்களை விழச்செய்தல், கோழிகளின் கழுத்தை ஒரே வெட்டில் வெட்டி எடுத்தல் போன்றவை. ஆனால், ஒன்றில் மட்டும் கவனமாக இருந்தாள் – அவள் 'அந்தரங்கத்தை' யாரும் தொட்டுவிடக்கூடாது.

○

கிராமத்துப் பள்ளிக்கூடத்துக்குப் போய்ப் படித்தாள், ஆனால், வயல் வேலை இருந்தாலோ, சகோதர சகோதரிகள் நோய்வாய்ப் பட்டிருந்தாலோ பள்ளிக்கூடம் போகமாட்டாள். அந்தக் காலகட்டத்தைப் பற்றிய நினைவுகள் அவளிடம் அதிகமில்லை. ஆசிரியைகள் எல்லோரிடமும் தூய்மையையும், மரியாதையை யும் எதிர்பார்த்தது அவளுக்கு நினைவுக்கு வருவதுண்டு. அவர்கள் விரல் நகங்களையும், சட்டைக் காலர்களையும்

பரிசோதிப்பார்களாம். அவர்களிடம் ஒரு கால் செருப்பை அவிழ்த்துக் காண்பிக்க வேண்டுமாம் (எந்தக் கால் என்பதைத் தீர்மானித்துக்கொள்ள வேண்டும்). இப்படியாக, என் அம்மா பள்ளிப்படிப்பை ஆர்வமில்லாமலேயே முடித்தாள். அப்போதெல்லாம், பிள்ளைகளைப் படிக்கும்படி "நிர்ப்பந்திக்க மாட்டார்கள்". படிப்பு அவர்களுக்குத் "தானாக" வரவேண்டும். பெற்றோர்களுக்குப் பாரமாக இல்லாமல் போகும் காலகட்டம் வரை பொழுதுபோக்குவதற்குத்தான் பள்ளிப் படிப்பு. பள்ளிக்கு ஒரு நாள் போகாவிட்டால், குடிமுழுகிப் போய்விடாது. ஆனால், ஆலயத் தொழுகை அப்படியல்ல. தேவாலயத்தின் கடைசியில் நின்றுகொண்டிருந்தாலும், அதன் அழகு, செழுமை, சடங்கின் தன்மை (தங்கக் கிண்ணம், ஜரிகை அங்கி) ஆகிய அனைத்திலும் பங்குகொள்ள முடியும். அங்கு "நாய் வாழ்க்கையைச்" சற்று மறக்க முடியும். சிறுவயதிலிருந்தே மதத்தின் மீது அம்மா மிகுந்த அக்கறை காட்டினாள். ஜபப் புத்தகத்தை மட்டும்தான் அவள் ஆர்வத்தோடு படித்திருந்தாள். அதில் வரும் அத்தனை பதில்களும் அவளுக்கு அத்துப்படி. (பின்னரும்கூட, ஆலயத்தில் ஜபம் சம்பந்தப்பட்ட கேள்விகளுக்குப் பதில்களை மகிழ்ச்சியோடும், ஆர்வத்தோடும் ஒப்பிப்பாள் – தனக்குத் தெரியும் என்று காட்டிக்கொள்வதற்காக!)

❍

பன்னிரண்டரை வயதில் அப்பகுதி மக்கள் வழக்கம்போல் பள்ளிப் படிப்பை விட்டு வெளியேறியபோது, அவளுக்கு மகிழ்ச்சியுமில்லை, துக்கமுமில்லை. தாவர வெண்ணெய் தயாரிக்கும் தொழிற்சாலையில் வேலையில் அமர்ந்தாள். குளிரும் ஈரமும் அவளை வாட்டின. குளிர்காலம் முழுவதும் கைகளில் வெடிப்பு. அப்போது இளமைக்கால கனவுகள் வந்து போவதற்கு நேரமில்லை. சனிக்கிழமை மாலையும், சம்பளப் பட்டுவாடாவுமே அவளுக்கு மகிழ்ச்சியளித்தன. சம்பளத்தை அம்மாவிடம் கொடுத்துவிடுவாள். பத்திரிகை ஒன்று வாங்குவதற்கும், அரிசி மாவு வாங்குவதற்கும் மட்டுமே பணம் எடுத்துக் கொள்வாள். சில நகைச்சுவைகளும், வெறுப்புகளும் அவளிடம் இருந்ததுண்டு. ஒருநாள் மேற்பார்வையாளர் ஒருவரது மேற்துண்டு இயந்திரத்தில் மாட்டிக்கொண்டது. அதனை அவராகவே மீட்க வேண்டியதாய் இருந்தது. என் அம்மா அருகில்தான் வேலையில் ஈடுபட்டிருந்தாள். அவள் உதவிக்கு வர இயலவில்லை. அந்த அளவிற்கு அந்நியமாதல் தத்துவம் அங்கு நிலைபெற்றிருந்தது. அப்படித்தானே சொல்ல வேண்டும்?

❍

சென்ற நூற்றாண்டின் இருபதுகளில், தொழில் வளர்ச்சி இயக்கம் ஆரம்பித்தபோது, கயிறு உற்பத்தி செய்யும் ஒரு பெரிய ஆலை உதயமானது. அது அந்த வட்டாரத்தைச் சேர்ந்த அனைத்து இளைஞர்களையும், இளம்பெண்களையும் வளைத்துப் போட்டுவிட்டது. என் அம்மா, அவள் சகோதரிகள், அவள் இரு சகோதரர்கள் ஆகிய அனைவரும் வேலையில் சேர்ந்தனர். அவர்களுக்கு வசதியாக, என் பாட்டி ஆலைக்கு மிக அருகிலேயே ஒரு சின்ன வீட்டை வாடகைக்கு எடுத்துக்கொண்டாள். தன் பெண்களோடு மாலைநேரத்தில் அந்த வீட்டைச் சுத்தம் செய்வாள். என் அம்மாவுக்கு அந்தச் சுத்தமான – நீர்த்தேங்கி யில்லாத – ஆலை பிடித்துவிட்டது. அங்கு வேலை நேரத்தில் பேசிக்கொள்ளவும், சிரிக்கவும் அனுமதித்தார்கள். தான் ஒரு பெரிய ஆலையில் வேலை செய்வதை அவள் பெருமையாக, நாகரிகமானதாக நினைத்தாள். கிராமத்தில் பசு பராமரிப்பில் ஈடுபட்டிருக்கும் படிப்பறிவற்ற பெண்கள், பெரிய குடும்பங்களில் வேலைக்காரிகளாகப் – அடிமைகளாகப் – பணியாற்றும் பெண்கள் ஆகியோரைக் காட்டிலும் தன்னை மேலாக நினைத்தாள். அவர்களையெல்லாம்விடத் தான் உயர்நிலை அடைந்துவிட்டதாக இறுமாப்பு கொள்வாள். இருந்தும், அவள் கனவு பேரங்காடிகளில் பணியாற்றுவதுதான். அது நிறைவேற வில்லை என்பது மனத்தை உறுத்திக் கொண்டிருந்தது.

❍

நிறைய உறுப்பினர்கள் கொண்ட என் அம்மாவின் குடும்பத்தை ஓர் இனக்குழு என்றே சொல்லலாம். அவர்கள் அனைவரும் பொது இடங்களில் ஒரே மாதிரிதான் நடந்துகொள்வார்கள். அவர்கள் இவ்வளவு நாள் கிராமத்தில் வேலை பார்த்துவிட்டு, நகரத்திற்கு வந்தவர்கள் என்பது நன்றாகவே தெரியும். பார்ப்பவர்கள் அவர்களை 'இன்னார்' என்று சொல்லி விடுவார்கள். எந்த ஒரு சந்தர்ப்பத்திலும், ஆண்களானாலும் சரி, பெண்களானாலும் சரி, சத்தம்போட்டுத்தான் பேசுவார்கள். மிதமிஞ்சிய மகிழ்ச்சியில் இருப்பார்கள். திடீரென்று கோபித்துக் கொள்வார்கள். தாங்கள் சொல்ல வந்ததை ஒளிவுமறைவு இன்றிச் சொல்லிவிடுவார்கள். குறிப்பாகத் தங்கள் உடல் உழைப்பில் பெருமைகொள்ளும் தன்மை அவர்களிடம் இருந்தது. தங்களைவிட மற்றவர்களிடம் அதிகத் துணிவு இருக்கிறது என்று ஏற்றுக்கொள்ளத் தயங்குவார்கள். தொடர்ந்து தங்கள் எல்லைக்குள் தாங்கள் 'மதிப்புமிக்கவர்கள்' என்று உறுதி செய்ய முற்படுவார்கள். அதனால் அவர்கள் எல்லாவற்றிலும் தங்களது வெறித்தனத்தை வெளிப்படுத்துவார்கள். உழைப்பாகட்டும், உணவாகட்டும், சிரிப்பாகட்டும் எல்லாவற்றிலுமே அந்த

வெறித்தன்மை வெளிப்படும். திடீரென்று இன்னும் ஒருமணி நேரத்தில், "நான் நீர்த்தேக்கத்தில் போய் விழப் போகிறேன்" என்று சொல்லுவார்கள்.

எல்லோரையும் விட, என் அம்மாவிடம்தான் அதிக கர்வமும் துணிச்சலும் இருந்தது. தான் சமுதாயத்தில் கீழ் நிலையில் இருப்பவள் என்ற உணர்வு எப்போதுமே இருக்கும். ஆனால், அதை வைத்துத் தன்னை எடை போடக்கூடாது என்பதில் கவனமாக இருப்பாள். செல்வந்தர்களைப் பார்க்கும் போது, "அவர்களைவிட நாம் எந்த வகையிலும் குறைந்தவர்கள் அல்ல" என்று நினைப்பதை வழக்கமாகக் கொண்டிருந்தாள். அவள் பலசாலி (என் ஆரோக்கியம் பலரது கண்ணை உறுத்தும்). கவர்ச்சியானவள். பொன்னிற மேனி கொண்டவள். கண்கள் சாம்பல் நிறம். கையில் கிடைப்பதையெல்லாம் படிப்பாள். புதிதாக வந்த பாடல்களைப் பாடுவாள். அலங்காரப் பிரியை. அவளுக்கு எல்லோரோடும் சேர்ந்து சினிமா, டிராமா என்று போவது பிடிக்கும். பொழுதுபோக்காக வெளியில் சுற்றிவர எப்போதும் தயாராக இருப்பாள்.

ஆனால், அது ஒரு சிறிய நகரம். அக்காலத்தில், அந்நகரத்தின் சமூக வாழ்க்கை என்பது மற்றவர்களைப் பற்றி முடிந்த அளவுக்கு எல்லாம் தெரிந்துகொள்வதுதான். அதுவும் பெண்களின் நடவடிக்கைகளைத் தொடர்ந்து கண்காணிப் பார்கள். ஆதலால், அம்மா கவனமாக இருப்பாள். "இளமையை அனுபவிக்கும் ஆசை" ஒருபுறம், மற்றவர் தன்னைச் "சுட்டிக் காட்டுவார்கள் என்னும் அச்சம்" மறுபுறம். இவ்விரண்டுக்கு மிடையில் தத்தளித்தாள். ஆலையில் வேலைபார்க்கும் பெண்களைப் பற்றி நல்ல அபிப்பிராயம் ("ஆலையில் வேலை செய்தாலும் யாரையும் நெருங்க விடமாட்டாள்") வேண்டும் என்பதில் கண்ணும் கருத்துமாக இருந்தாள். ஆலயம் போவது, அங்கு நடக்கும் சடங்குகளில் கலந்துகொள்வது, மடத்தார் நடத்தும் ஆதரவற்றோர் இல்லத்தில் தன் துணிகளைத் தைக்கக் கொடுப்பது போன்ற செயல்களில் ஈடுபட்டாள். தனியாக எந்த ஒரு பையனும் காட்டுப் பகுதிக்குப் போகமாட்டாள். ஆனால், குட்டைப் பாவாடை அணிவாள். தலைமுடியை ஆண்கள் போல் வெட்டிக்கொள்வாள். ஆண்கள் மத்தியில் வேலை செய்ததால், "ஒழுங்கான பெண்" என்று அவள் பெயரெடுக்க விரும்பினாலும், அது அவ்வளவு எளிதாக முடியவில்லை.

என் தாயின் இளமைக் காலத்தில் ஒரு பகுதி தன்னை நிச்சயமாக எதிர்நோக்கி இருந்த தீமைகளை எதிர்த்துப் போராடுவதில் கழிந்தது. வறுமை, மதுப்பழக்கம் போன்ற வற்றையும், 'கவனக்குறைவாய் இருந்தால் வரக்கூடிய தீய

பழக்கங்களையும்' (உதாரணமாக, புகைப்பிடித்தல், தெருவில் சுற்றுதல், கசங்கிய ஆடைகளோடு வெளியே செல்லுதல்) விரட்டுவதிலேயே இளமைக் காலம் கழிந்தது. மொத்தத்தில், 'மதிக்கத்தக்க எந்த இளைஞனும்' தன்னை ஏற்றுக்கொள்ளத் தயங்கக்கூடாது. அப்படிப்பட்ட பெண்ணாக இருக்க வேண்டும் என்பதில் அவள் கவனம் செலுத்தினாள்.

❍

ஆனால் அவளது சகோதரர்களும், சகோதரிகளும் மேற்கூறிய தீமைகள் எதிலிருந்தும் விடுபடவில்லை. கடந்த இருபத்தைந்து ஆண்டுகளில், நான்கு பேர் இறந்து போனார்கள். நீண்ட நாட்களாகவே அவர்கள் மீதிருந்த மது அரக்கனின் பிடி தளர வில்லை. ஆண்கள் உணவு விடுதிகளிலும், பெண்கள் தனியாக வீட்டிலும் மது அருந்துவதை வழக்கமாகக் கொண்டிருந்தார்கள். (என் அம்மாவின் கடைசி சகோதரி மட்டும் விதிவிலக்கு. அவள் மது அருந்தமாட்டாள். இன்னும் அவள் உயிரோடுதான் இருக்கிறாள்). ஓரளவுக்கு மது அருந்தினால்தான் அவர்களுக்குக் கொஞ்சம் கலகலப்பும், பேச்சும் வரும். வேலை நேரத்தில் அவர்கள் பேச்சு கொடுக்காமல் "நல்ல தொழிலாளிகளாக" வேலை பார்ப்பார்கள். குடும்பப் பெண்களும் ஒழுங்காக வீட்டு வேலையில் ஈடுபடுவார்கள் –" அவர்களைப் பற்றிக் குறை சொல்ல முடியாது". வருடங்கள் உருண்டோடின. மதுவைக் கொண்டுதான் அவர்களை எடைபோட வேண்டி இருந்தது. சிலர் 'தடுமாறமாட்டார்கள்', சிலர் 'தடுமாறுவார்கள்' – அவ்வளவு தான். பெண்டிகோஸ்டுக்கு முந்தைய நாள், நான் பள்ளியை விட்டு வீடு திரும்பும்போது என் சித்தி ஒருத்தியைப் பார்த்தேன். அன்று அவள் வேலை முடிந்து நகரம் நோக்கிப் போய்க்கொண் டிருந்தாள். அவள் வைத்திருந்த பையில் நிறைய காலி பாட்டில்கள் இருந்தன. என்னை அணைத்துக்கொண்டாள். ஆனால், அவளால் பேச முடியவில்லை. நிலைதடுமாறிக் கொண்டிருந்தாள். அன்று நான் அந்த நிலையில் அவளை பார்க்காதது போல் என்னால் ஒருபோதும் எழுத முடியாது என்று நினைக்கிறேன்.

❍

ஒரு பெண்ணுக்குத் திருமணம் என்பது வாழ்வா அல்லது சாவா என்னும் பிரச்சினை. 'சேர்ந்து வாழமுடியும்' என்னும் நம்பிக்கை அல்லது அதள பாதாளத்தில் விழும் ஆபத்து. ஆகவே ஒரு பெண்ணை மகிழ்ச்சியாக வைத்திருக்கக் கூடிய ஒருவனைத் தேர்ந்தெடுக்கத் தெரிய வேண்டும். ஆனால், அவன் ஒரு பண்ணை வேலை செய்யும் பையனாக இருக்கக்கூடாது – அவனிடம்

எவ்வளவு பணம் இருந்தாலும்கூட ! அப்படி இருந்தால், காலம் முழுதும் மின்சாரம் இல்லாத ஒரு கிராமத்தில் பசுமாடு கறந்து கொண்டு இருக்க நேரிடும். என் தந்தை கயிறு தொழிற்சாலையில் வேலை செய்தார். நல்ல உயரம். ஒழுங்காக வளர்ந்தவர். 'அவருக்கென்று ஒரு பாணி' இருந்தது. மது அருந்தமாட்டார். சம்பாதிக்கும் பணத்தையெல்லாம் வீட்டுக்காகத்தான் செலவழிப்பார். சாந்தமானவர். கலகலப்பானவர். அம்மாவை விட ஏழு வயது மூத்தவர். ("பொடிப் பசங்களைக் கட்டிக்கொள்ள மாட்டார்கள்"). அவர் முகத்தில் புன்னகையும் இருக்கும், நாணமும் இருக்கும். "அந்தக் காலத்தில் பல பேர் என்னைச் சுற்றி வந்தார்கள். ஆனால், உன் அப்பாவைத்தான் நான் தேர்ந்தெடுத்தேன்" என்று அம்மா சொல்லக் கேட்டதுண்டு. அத்துடன் "அவர் எல்லோரையும்போல் இருக்கமாட்டார்" என்றும் சேர்த்துக்கொள்வாள்.

◯

என் அப்பாவின் கதைக்கும் அம்மாவின் கதைக்கும் அதிக வேறுபாடுகள் இல்லை. அவர் நிறைய பேர் இருந்த குடும்பத்தி லிருந்து வந்தவர். அவர் அப்பா வண்டி ஓட்டுபவர். அம்மா நெசவாளி. பன்னிரண்டு வயதில் படிப்பை விட்டுவிட்டு வயல் வேலைக்குப் போனவர் என் அப்பா. அவருடைய பெரிய அண்ணனுக்கு ரயில்வேயில் வேலை. இரண்டு சகோதரிகள் கடை சிப்பந்திகளை மணந்துகொண்டிருந்தார்கள். அதற்கு முன் வீட்டுப் பணிப்பெண்களாக வேலை பார்த்திருந்திருக்கிறார்கள் கத்திப் பேசமாட்டார்கள். அவர்களிடம் பெண்களின் நளினமுண்டு. பொதுவெளியில் பலருடைய கவனத்தை ஈர்க்கும் சுபாவம் அற்றவர்கள். ஆனால், அவர்களிடம் ஓரளவு கர்வம் இருந்ததென்னவோ உண்மைதான். என் அம்மாவைப் போல் ஆலையில் வேலை செய்யும் பெண்களைக் கண்டால் முகம் சுளிப்பார்கள். ஏனென்றால், ஆலை வேலை செய்யும் பெண்களின் நடையுடை பாவனைகள் தாங்கள் தற்போது தான் விலகி வந்த நாட்டுப்புறத்தை நினைவூட்டும். அவர்கள் சகோதரன் "இன்னும் கொஞ்சம் பெரிய இடத்தில் பெண் கட்டி இருக்கலாம்" என்ற எண்ணம் அவர்களிடம் காணப்பட்டது.

என் பெற்றோர்கள் 1928ஆம் ஆண்டு திருமணம் செய்து கொண்டார்கள். புகைப்படத்தில் அம்மா கம்பீரமாகக் காட்சி யளித்தாள். வடித்தெடுத்த பால் வண்ண முகம். இரண்டு முடிகள் இதய வடிவில் நெற்றியை அலங்கரித்தன. தலையை மறைத்த முக்காடு கண்கள் வரை இறங்கியிருந்தது. பருத்த மார்பகம். அகண்ட இடுப்பு. அழகான கால்கள். (ஆடை கால்களை மறைக்க வில்லை). முகத்தில் புன்னகை இல்லை. ஆனால், ஓர் அமைதி

நிலவியது. விழிகளில் ஒரு வியப்பு – ஆர்வம். அப்பா அரும்பு மீசையுடன் காணப்பட்டார். காலரில் பட்டாம்பூச்சி போல் ஒரு முடிச்சு. சற்று வயதானதுபோல் தோற்றம். முகத்தைச் சுளுக்கிக்கொண்டிருந்தார். புகைப்படம் சரியாக வராமல் போய்விடுமோ என்று பயந்தார் போலும். அவர் அம்மாவின் இடுப்பில் கைவைத்திருந்தார். அம்மா ஒரு கையை அவர் தோளில் வைத்திருந்தாள். படம் எடுக்கப்பட்ட இடம் கொல்லைப்புற ஓரத்தில் உயரமான புற்கள் மண்டிக் கிடக்கும் ஒரு சாலை. பின்புலனாக கோபுரமாய்ப் பின்னிக்கொண்டிருந்த இரண்டு ஆப்பிள் மரங்கள். ஒரு சின்ன வீடு தூரத்தில் காட்சியளித்தது. கோடைக் காலத் தொடக்கத்தில் கற்களுக்கு மத்தியில் வறண்டு கிடக்கும் ஒரு சாலையில் கிராமிய மணம் வீசுவதை என்னால் உணர முடிந்தது. அது என் அம்மா போல் இல்லை. அந்தப் புகைப்படத்தைக் கண் கூசுமளவுக்கு உற்றுப் பார்த்தேன். முகங்கள் அசைவது போன்ற உணர்வு ஏற்பட்டது. சென்ற நூற்றாண்டு இருபதுகள் வெளிவந்த திரைப்படக் கதாநாயகியைப் போல் இருந்தாள். நிமிர்ந்த தலையும், கையுரைகளை நெருக்கிப் பிடித்திருக்கும் அகலமான கைகளும்தான் என் அம்மாவைக் காட்டிக் கொடுத்தன.

○

புதிய மணப்பெண்ணிடம் கர்வமும் மகிழ்ச்சியும் இருந்தது ஏறக்குறைய நிச்சயம். அவளுடைய சுகானுபவம் பற்றி எனக்குத் தெரியாது. தன் சகோதரி ஒருத்தியிடம் அவள் சொன்னது என்னவென்றால் கல்யாணம் ஆன புதிதில், சில இரவுகளில் அவள் கட்டிலுக்குப் போகும்போது இரவு ஆடைக்குள் ஓர் உள்ளாடை அணிந்து கொண்டுதான் சென்றிருக்கிறாள். அதைக் கொண்டு நாம் ஒன்றும் சொல்ல முடியாது. வெட்கத்தின் மறைவில்தான் சுகத்தை அனுபவிக்க முடியும் – அவள் "சராசரிப் பெண்ணாக" இருந்திருந்தால்!

முதலில், புதிதாகத் திருமணமாகி வாழ்க்கையைத் தொடங்கும் பெண்ணாக நடந்துகொண்டாள். புதிதாக வாங்கிய பாத்திரம் பண்டங்களையும், வேலைப்பாடுடன் கூடிய துணி விரிப்பையும் வருபவர்களிடம் காட்டிக்கொண்டிருந்தாள். தன் கணவனோடு வெளியில் போவது, சிரிப்பது, கோபித்துக் கொள்வது (அவளுக்குச் சமையல் செய்யத் தெரியாது), மீண்டும் கணவனிடம் கொஞ்சிக் குலாவுவது (அவள் நீண்ட நேரம் கோபித்துக்கொண்டிருப்பவளல்ல), புதிய வாழ்வு தொடங்கும் எண்ணத்தை வெளிப்படுத்துவது போன்ற நடவடிக்கைகளில் ஈடுபட்டிருந்தாள். ஆனால், அவர்கள் வருவாய் உயரவில்லை. வீட்டு வாடகை கொடுப்பதற்கும், வீட்டுப் பொருட்கள்

ஒரு பெண்மணியின் கதை

வாங்குவதற்குப் பணம் தேவைப்பட்டது. எல்லாவற்றிலும் சிக்கனம் கடைப்பிடிக்க வேண்டியதாயிற்று. பெற்றோர்களிடம் காய்கறிகள் கேட்டு வாங்க வேண்டி இருந்தது (அவர்களிடம் தோட்டம் கிடையாது). மொத்தத்தில் முன்பிருந்த வாழ்க்கையையே மீண்டும் சந்திக்க வேண்டியிருந்தது. அவர்கள் வாழ்க்கையை வேறு வேறு கண்ணோட்டத்தோடு பார்த்தார்கள். இருவருக்குமே முன்னேற வேண்டுமென்ற ஆசை இருந்தது. ஆனால், அதற்காகப் போராட வேண்டுமே என்ற பயம் என் அப்பாவிடம் இருந்தது. ஆகையால், விதி வகுத்த வழியில் போய்விடலாம் என்ற மனப்பான்மை அவரிடம் இருந்தது. ஆனால், என் தாயார் வேறு மாதிரி நினைத்தாள். 'எப்படியாவது' இருக்கும் நிலையிலிருந்து மேல் நிலைக்குப் போய்விடவேண்டும் என்ற எண்ணம் அவளிடம் மேலோங்கி இருந்தது. அதனால், இழப்பு ஒன்றும் ஏற்படப்போவதில்லை என்று நினைத்தாள். ஏற்கெனவே தான் ஆலைத் தொழிலாளி என்று பெருமைப்பட்டுக்கொண்டாலும், ஆலைத் தொழிலாளியாகவே இருந்துவிட விருப்பமில்லை. உணவு விடுதி வைத்துப் பிழைக்கலாம் என்ற கனவு அவளுக்குள் இருந்தது. அவள் விருப்பப்படியே செல்ல அவரும் விரும்பினார். அவள் பேச்சுக்கு மறுபேச்சு கிடையாது.

○

1931ஆம் ஆண்டு லில்போன் எனும் ஊரில், தவணை முறையில் கடன் வாங்கி, மது விற்பனையோடு கூடிய ஓர் உணவு விடுதியைத் தொடங்கினார்கள். ஏழாயிரம் பேர் வசித்த அந்த ஊர், மாவட்டத் தலைநகர் ஈவ்தோவிலிருந்து இருபத்தைந்து கி.மீ தூரத்தில் இருந்தது. அங்கு வசித்த பெரும்பாலானோர் ஆலைத் தொழிலாளர்கள். அவர்கள் தொழில் மையம் 'வல்லே'யில் இருந்தது. பத்தொன்பதாம் நூற்றாண்டிலிருந்து அங்கு நெசவுத் தொழில் தான் ஒவ்வொருவர் வாழ்க்கையையும் பிறப்பு முதல் இறப்புவரை தீர்மானித்துக்கொண்டிருந்தது. இன்றும்கூட போருக்கு முந்தைய 'வல்லே' என்றால் எல்லோருக்கும் தெரியும். அங்குக் குடிகாரர்கள், திருமணமாகாமல் தாய்மை அடைந்தவர்கள், ஈரச் சுவர்கள், வயிற்றுப் போக்கால் இரண்டு மணி நேரத்தில் இறந்துபோகும் கைக்குழந்தைகள் – இவை தான் நினைவுக்கு வரும். என் அம்மாவுக்கு வயது இருப்பத்தைந்து. அவள் அங்குத்தான் அவள் 'அவளாக' உருவானாள். அவள் முகப்பொலிவு, விருப்பு வெறுப்புகள், வாழும் வகை – இவையெல்லாம் அவளுக்குப் பிறவியிலிருந்து வந்தவை என்று நீண்ட நாள் நினைத்திருந்தேன். ஆனால், அவையெல்லாம் 'வல்லே'வில் பிறந்தவையே.

போதிய வசதி இல்லாமையால், என் தந்தை ஒரு கட்டடத் தொழில் மையத்தில் வேலைக்கமர்ந்தார். பின்னர் 'பாஸ் – சேன்' பகுதியில், ஓர் எண்ணெய்ச் சுத்திகரிப்பு ஆலையில் சேர்ந்து, அங்கு மேலாளர் பதவிக்குத் தகுதி பெற்றார். கடை – உணவு விடுதி வியாபாரத்தை அம்மா தனியாகவே கவனித்துக் கொண்டாள்.

தொடக்கத்திலிருந்தே அவளுக்குத் தொழிலில் ஆர்வம் இருந்தது. 'முகத்தில் எப்போதும் ஒரு புன்னகை' வருவோர் போவோரிடம் 'ஒரு நல்ல வார்த்தை', எல்லையற்ற பொறுமை ஆகியவையே அவள் வெற்றிக்குக் காரணம். "நான் வெறும் கூழாங்கல்லைக்கூட விற்றுவிடுவேன்" என்று சொல்லிக் கொள்வாள். 'வல்லே' தொழிலாளர்கள் வறுமை பற்றி அவளுக்குத் தெரியும். அந்த அளவுக்கு இல்லையாயினும், அவளே அதுபோன்ற வறுமையைச் சந்தித்திருக்கிறாள். தான் இருந்த நிலையையும் அவள் அறிந்திருந்தாள். அன்றாடங் காய்ச்சிகள் தயவினால்தான் பிழைப்பு நடத்த வேண்டும் என்பதையும் அவள் உணர்ந்திருந்தாள்.

ஓய்வு ஒழிவில்லாத வேலை. பலசரக்குக் கடை, உணவு விடுதி, சமையலறை, இதற்கிடையில் அவர்கள் 'வல்லே' வந்து குடியேறியபின் பிறந்த ஒரு பெண்குழந்தை – இப்படி எல்லாவற்றினாலும் அவளுக்கு ஓய்வெடுக்க நேரமில்லை. காலை ஆறு மணிக்குக் கடை திறக்க வேண்டும், ஏனென்றால், ஆலைக்குச் செல்லும் பெண்கள் பால் வாங்க வந்துவிடுவார்கள். இரவு பதினோரு மணி வரை திறந்து வைத்திருக்க வேண்டும் ஏனென்றால், சீட்டுவிளையாட்டு, பில்லியர்ட்ஸ் ஆகியவை தொடர்ந்து நடந்துகொண்டிருக்கும். இதற்கிடையில், எந்த நேரத்திலும் வாடிக்கையாளர்களால் அலைக்கழிப்பு ஏற்படும் – அவர்கள் ஒரு நாளைக்குப் பலதடவை பொருட்கள் வாங்க வருவார்கள். அவளுக்கு மனக்கசப்பை ஏற்படுத்திய விஷயம் ஒன்றிருந்தது: அவளுடைய வருமானம் ஒரு தொழிலாளியின் வருமானத்தைவிடக் கொஞ்சம்தான் அதிகம். ஆகையால், அவளால் நினைத்த அளவுக்கு 'வெற்றி' பெற இயலவில்லை. ஆயினும், அவளிடம் ஓர் ஆளுமை இருந்தது. அவள் கடனுக்குப் பொருள் கொடுத்து பல குடும்பங்களை வாழ வைக்க முடிந்தது. மேலும், கடையில் ஏராளமானோர் வாழ்க்கைக் கதைகள் பேசப்படும் – கேட்கப்படும். ஓர் அகண்ட குடும்பத்தில் இருப்பது போன்ற மகிழ்ச்சி ஏற்படுவதுண்டு.

அவளிடம் ஒரு 'பரிணாம வளர்ச்சியும்' தென்பட்டது. நகரமன்றம், வரிவசூல் செய்யுமிடம் என்று பல இடங்களுக்குச்

செல்ல வேண்டியிருந்ததாலும், விநியோகஸ்தர்கள், வியாபாரப் பிரதிநிதிகள் போன்றோரைச் சந்திக்க வேண்டியிருந்ததாலும், அவள் நிதானமாகப் பேசக் கற்றுக்கொண்டாள். வெளியில் செல்லும்போது தலை முடியைக் காற்றில் பறக்கவிட்டுக் கொண்டு போகாமல், தலையில் ஒரு தொப்பி வைத்துக் கொள்வாள். ஆடை ஒன்றை வாங்கும்போது அது 'நேர்த்தியாக' இருக்கிறதா என்று பார்த்து வாங்குவாள். தான் ஒரு 'நாட்டுப் புறம்' இல்லை என்ற நம்பிக்கையும் உறுதியும் அவளுக்குத் தேவைப்பட்டன. தெல்லி *(Delly)*யின் நாவல்களையும், பியேர் லெர்மீத் *(Pierre L'Hermite)*தின் கத்தோலிக்க மதப் புத்தகங்களை யும் படிப்பாள். அவற்றுடன்கூட பெர்னானோஸ் *(Bernanos)*, மொரியாக் *(Mauriac)* போன்றோரின் நாவல்களையும் படிப்பாள். கொலெத் *(Colette)*தின் 'அதிர்ச்சியூட்டும்' கதைகளையும் படிப்பாள். என் தந்தையிடம் இது போன்ற மாற்றத்தைப் பார்க்க முடியாது. பகலிலும் இரவிலும் தொழிலாளியாக இருப்பவரின் கூச்சம் அவரிடம் தென்படும். கடையைப் பொறுத்தவரை, தான் ஒரு முதாலாளி என்ற மனப்பான்மையை அவர் வளர்த்துக் கொள்ளவில்லை.

○

பின்பு ஓர் இருண்ட காலகட்டம் வந்தது. பொருளாதார சிக்கல்கள், வேலை நிறுத்தங்கள், புளூம் (*Blum*, தொழிலாளர் பக்கம் நின்ற தலைவர்), சமூகச் சட்டங்கள், உணவு விடுதியில் நள்ளிரவு கொண்டாட்டங்கள், தாய்வழிச் சொந்தங்களின் வருகை (எல்லா அறைகளிலும் மெத்தைகள் போடப்பட்டன), நிறைய பொருட்களோடு அவர்கள் திரும்பிச் செல்லுதல் (அம்மா அள்ளிக் கொடுத்துக்கொண்டிருந்தாள், காரணம், அவள் மட்டுமே வறுமை நிலையிலிருந்து வெளியேறி இருந்தாள்). பின்னர் 'அவர் பக்கத்து உறவினர்'களோடு சண்டை, வருத்தம் – இப்படியாக வாழ்க்கை போய்க்கொண்டிருந்தது. இந்நிலையில், அவர்கள் பெண் சுட்டியாக, கலகலப்பாக இருந்தாள். ஒரு புகைப்படத்தில் அவள் வயதுக்கு மீறி உயரமாக இருந்தாள். கால்கள் ஒல்லியாகவும், முட்டிகள் மெலிந்தும் இருந்தன. அவள் சிரித்துக்கொண்டு சூரியஒளி படாமல் இருக்க, கையை நெற்றியில் வைத்திருந்தாள். இன்னொரு படம் அவள் ஒன்று விட்ட சகோதரியின் பொது நன்மையின்போது எடுக்கப் பட்டது. அதில் அவள் முகத்தில் சிரிப்பு இல்லை, ஆனால், விரல்களை நீட்டி மடக்கி விளையாடிக்கொண்டிருந்தாள். அவள் 1938ஆம் ஆண்டு, ஈஸ்டர் பண்டிகைக்கு மூன்று நாட்களுக்கு முன் தொண்டை அழற்சி நோயால் இறந்து போனாள். பிள்ளை ஒரே பிள்ளையாக இருந்தால்தான், அது மகிழ்ச்சியாக

இருக்க முடியும் என்று அதுவரை என் பெற்றோர்கள் நம்பிக் கொண்டிருந்திருக்கிறார்கள்.

துக்கம் மேலிட்டது. பிரார்த்தனைகள் தொடர்ந்தன. இறந்தவள் ஓர் 'இளம் தேவதை'யாக வானில் வந்தாள் என்ற நம்பிக்கை துளிர்விட்டது. வாழ்க்கை மீண்டும் தொடங்கியது. 1940ஆம் ஆண்டு தொடக்கத்தில், அம்மா மீண்டும் கருவுற்றாள். நான் செப்டம்பர் மாதம் பிறந்தேன்.

நான் இப்போது என் தாயைப் பற்றி எழுதுகிறேன். எனக்கு உயிர் கொடுத்தவளுக்கு இப்போது நான் உயிர் கொடுப்பது போன்ற எண்ணம் ஏற்படுகிறது.

❍

இரண்டு மாதங்களுக்கு முன் இதனைத் தொடங்கினேன். ஒரு காகிதத்தில் 'ஏப்ரல் ஏழாம் தேதி, திங்கள் கிழமை அம்மா இறந்தாள்' என்று எழுதினேன். இனிமேல், இந்த வாக்கியத்தை என்னால் தாங்கிக்கொள்ள முடியும். உணர்ச்சிவசப்படாமல், இந்த வாக்கியத்தை வேறொருவர் எழுதியது போலவே என்னால் படிக்க முடியும். ஆனால், மருத்துவமனை பகுதிக்கோ, முதியோர் இல்லத்துக்கோ போக முடியாது. அவள் உயிரோடு இருந்த இறுதி நாளை மறந்திருந்தாலும்கூட, திடீரென அதுபற்றி நினைப்பது வேதனையாக இருந்தது. தொடக்கத்தில் நான் விரைவாக எழுதிவிடுவேன் என்றுதான் நினைத்தேன். ஆனால், நான் சொல்லவிருந்த விஷயங்களை எந்த வரிசையில் சொல்லுவது என்பது பற்றிச் சிந்தித்துப் பார்த்தேன். ஏதோ ஓர் உன்னதமான சொல்வரிசை இருப்பதுபோல் நினைத்து அது பற்றியும் அதிக நாள் சிந்தித்துப் பார்த்தேன். ஓர் ஒழுங்கான கட்டமைப்புதான் என் அம்மாவைப் பற்றிய உண்மையை வெளிச்சம் போட்டுக் காட்டுமென்று நம்பினேன். அந்தக் கட்டமைப்பு எதுவென்று தேடினேன். அதைத் தவிர வேறொன்றும் எனக்குப் பெரிதாகத் தெரியவில்லை.

❍

பெருந்திரள் வெளியேற்றம்: போர்க்காலத்தின்போது, அருகிலிருந்த மற்றவர்களைப் போல் அவளும் நியோர் (Niort) நகர்வரை கிளம்பிப் போய்விட்டாள். கோதுமைக் களஞ்சியங் களில் தூங்கினாள். 'அங்குக் கிடைத்த மது'வைப் பருகினாள். பின்னர், ஒரு மாதம் கழித்து, ஒருநாள் சைக்கிளில் ஜெர்மன் தடுப்புகளையெல்லாம் தாண்டி வீடு திரும்பிவிட்டாள். அவளிடம் பயம் எதுவுமில்லை. ஆனால், உடலெல்லாம் அழுக்குப்

படிந்திருந்தது. என் தந்தையாலும்கூட அவளை அடையாளம் கண்டுபிடிக்க முடியவில்லை.

பிரான்சை ஜெர்மனி ஆக்கிரமித்த காலத்தில், 'வல்லே' பகுதி முழுதும் பொருட்கள் வாங்குவதற்கு எங்கள் பலசரக்குக் கடையையே குறிவைத்துக் கொண்டிருந்தது. அவள் எல்லோருக்கும் உணவளிக்க முயன்றாள் – குறிப்பாக, அதிக உறுப்பினர் கொண்ட குடும்பங்கள் மீதுதான் அவளுக்கு அதிக அக்கறை. அது அவளுடைய விருப்பமாகவும் இருந்தது. எல்லோருக்கும் நல்லவளாகவும், பயன்படுபவளாகவும் இருப்பதில் பெருமையாக இருந்தது. குண்டு மழை பொழியும் போது அவள் கூட்டத்தோடு கூட்டமாய் மலைச் சரிவுகளில் போய் ஒண்டிக்கொள்ளவில்லை. அவள் 'வீட்டிலேயே சாக வேண்டுமென்றிருந்தாள்'. பிற்பகலில், இரண்டு தாக்குதல் எச்சரிக்கைகளிடையே, அவள் எனக்குத் துணிவு வரவழைக்கும் பொருட்டு என்னைத் தள்ளுவண்டியில் வைத்து நடத்திச் சென்றாள். அந்தக் காலகட்டம் நட்பு மலர்வதற்கு உகந்த காலமாக இருந்தது. பொதுப் பூங்காக்களில் இளம்பெண்கள் பின்னல் வேலை செய்வார்கள். அவர்களோடு என் தாயார் நட்பு ஏற்படுத்திக்கொள்வாள். அந்த நேரத்தில் அப்பா காலியாகி விட்ட கடையைப் பார்த்துக்கொள்வார். லில்போர்னில் ஆங்கிலேயர்களும் அமெரிக்கர்களும் புகுந்துவிட்டார்கள். 'வல்லே'யைப் பீரங்கி வண்டிகள் கடந்து சென்றன. சாக்லெட் வழங்கின. ஆரஞ்சு பவுடர் பாக்கெட்கள் விநியோகித்தன. அவற்றைத் தூசுகளுக்கிடையே போய் பெற்றுக்கொண்டோம். ஒவ்வொரு நாள் மாலையும் உணவு விடுதியில் இராணுவத்தினர் கூட்டம் அலைமோதும். சில சமயங்களில் அவர்களுக்குள் சண்டை வருவதுமுண்டு. ஆனால், பொதுவாக, இறுக்கம் குறைய ஆரம்பித்துவிட்டது. கண்டபடி பேசமுடிந்தது. பின்னர், அம்மா போர் நடந்த வருடங்களை ஒரு நாவலைப் போல – வாழ்க்கையை ஒரு சாதனைப் பயணத்தைப் போல எடுத்துரைப்பாள். (அவளுக்குக் 'காற்றோடு போனது' (*Gone With the Wind*) என்னும் அமெரிக்க நாவலை மிகவும் பிடிக்கும்.) போர்க்காலம் அவளுடைய தனிப்பட்ட போராட்டத்தில் ஓர் ஓய்வு போல் இருந்தது. அது இனிமேல் தேவையற்றதாகிவிட்டது.

அந்தக் காலகட்டத்தில், என் தாயார் அழகாகவே இருந்தாள். சிவப்பு மை அடித்த அடர்த்தியான தலைமுடி. ஓங்கி ஒலிக்கும் குரல். அடிக்கடி கத்திப் பேசும் பேச்சு. தொண்டையி லிருந்து அவள் சிரிப்பு வெளிவரும்போது ஈறுகளும் பற்களும் வெளியில் தெரியும்.

துணிகளுக்குப் பெட்டிப் போடும்போது அக்காலத்தில் பிரபலமாகியிருந்த பாடல்களைப் பாடுவாள். தலைப்பாகை அணிந்துகொள்வாள். அவளுக்குப் பிடித்தமான இரண்டு ஆடைகள் இருந்தன. ஒன்று, கோடையில் அணியும் பெரிய – நீலக் கோடு போட்ட – ஆடை. மற்றொன்று சாம்பல் வண்ண மெல்லிய ஆடை. கண்ணாடியின் முன் நின்று முகப்பவுடர் போட்டுக் கொள்வாள். காதுகளுக்குப் பின்னால் வாசனைத் திரவியம் தடவிக்கொள்வாள். உதட்டுச் சாயம் அடித்துக்கொள்வ தென்றால், முதலில் ஒரு இதய வடிவிலிருந்து தொடங்குவாள். ஜாக்கெட்டில் கொக்கிப் போடும்போது சுவர் பக்கம் திரும்பிக் கொள்வாள். முடிச்சுப் போடும்போது ஒரு ரிப்பன் பின்னல் சேர்த்துக்கொள்வாள். அவள் உடலில் ஒவ்வொரு அணுவையும் நான் அறிவேன். வளர்ந்த பிறகு, நானும் அவள்போல்தான் இருப்பேன் என்பது என் நம்பிக்கை.

ஒரு ஞாயிறன்று என் பெற்றோர்களும் நானும் காட்டுப் பக்கம் உலவி வரப் போய்க்கொண்டிருந்தோம். நான் அவர்களுக்கிடையில் சென்றுகொண்டிருந்தேன். அவர்கள் சிரிப்புக்கிடையே, அவர்கள் உடல்களுக்கிடையே நான் சிக்கிக் கொண்டிருந்தேன். திரும்பி வரும்போது ஒரு குண்டு மழை. அப்பாவின் சைக்கிள் பாரில் நான் உட்கார்ந்திருந்தேன். சீட்டில் அவள் நேராக அமர்ந்தபடி பயமின்றி இறக்கமான பாதையில் சைக்கிளைச் செலுத்தினாள். அவள் மீது குண்டு பாயும். அவள் இறந்துவிடுவாள் என்று பயந்தேன். நாங்கள் இருவருமே அம்மா மீது பாசமாய் இருந்தோம்.

○

1945ஆம் ஆண்டு ‘வல்லே’வை விட்டுக் கிளம்பிவிட்டார்கள். ஏனென்றால், அங்கு நிலவிய பனிமூட்டத்தினால் எனக்கு அடிக்கடி இருமல் வந்துகொண்டிருந்தது. ஆகவே, அவர்கள் ஈவ்த்தோவுக்குத் திரும்பி வந்துவிட்டார்கள். போருக்குப் பிந்தைய காலகட்டம் போர்க்காலத்தைவிடக் கடினமாக இருந்தது. நெருக்கடிகள் அதிகம். ‘கள்ளச்சந்தையில் பணம் சம்பாதித்தவர்கள்’ வெளியில் வர ஆரம்பித்தனர். வேறொரு வியாபாரம் தேடிக்கொண்டிருந்த அம்மா என்னை இடிபாடுகள் நிறைந்த வீதிகளின் வழியே இறைவழிபாடு நடத்த அழைத்துச் சென்றாள். தேவாலயம் தீக்கிரையானதால், ஒரு திரைப்படக் கொட்டகையில் வழிபாடு நடந்தது. என்னை அங்குதான்அழைத்துச் சென்றாள். குண்டுகளால் ஏற்பட்ட குழிகளை அடைக்கும் வேலையில் அப்பா ஈடுபட்டார். அவர்கள் அப்போது இரண்டு அறைகள் கொண்ட – மின்சாரம் இல்லாத –

ஒரு வீட்டில் குடியிருந்தார்கள். மேசை நாற்காலிகளைக் கழற்றி சுவர்கள் மீது அடுக்கி வைத்திருந்தனர்.

மூன்று மாதங்கள் கழித்து, அவளுக்குப் புது வாழ்வு கிடைத்தது. நகருக்கு ஒதுக்குப்புறத்தில், ஓர் உணவு விடுதியின் உரிமையாளனானாள். அது போரால் பாதிக்கப்படாத பகுதியில், இருந்தது. சின்ன சமையலறை, மாடியில் இரண்டு பரண்கள். வாடிக்கையாளர்கள் கண்ணுக்குப் படாமல் சாப்பிடலாம், தூங்கலாம். ஆனால், கொல்லைப்புறம் விசாலமாக இருந்தது. அங்கு விறகு, வைக்கோல், மதுபானம் தயாரிக்கும் இயந்திரம் ஆகியவற்றை வைத்துக்கொள்ளலாம். வாடிக்கையாளர்கள் உடனுக்குடன் பணம் கொடுத்துக்கொண்டிருந்தனர். உணவு விடுதியில் பரிமாறிக்கொண்டே, அப்பா தோட்டம் வளர்த்தார். கோழிகள், முயல்கள் வளர்த்தார். வாடிக்கையாளர்களுக்கு விற்க மதுவகைகள் தயாரித்தார். இருபது ஆண்டுகள் ஆலைத் தொழிலாளியாக இருந்தவர், இப்போது மீண்டும் பாதி கிராமத்தான் ஆகிவிட்டார். அம்மா பலசரக்குக் கடையைக் கவனித்தாள் – கொள்முதல் செய்தாள், கணக்கு வழக்குகள் பார்த்துப் பண விஷயங்களைக் கையாண்டாள். இருவருமாகச் சேர்ந்து மெல்ல மெல்ல சுற்றுப்புறங்களில் வாழ்ந்த தொழிலாளர் களைவிடச் சற்று உயர்நிலைக்குத் தாவினர். உதாரணமாக, வியாபாரத் தலத்தை முழு விலை கொடுத்துக் கையகப்படுத்திக் கொண்டார்கள். அருகிலிருந்த சிறு வீடொன்றையும் வாங்கி விட்டார்கள்.

முதல் கோடைக்காலத்தில், லில்போனிலிருந்து பழைய வாடிக்கையாளர்கள் குடும்பம் குடும்பமாகக் காரிலும் பேருந்திலும் வந்தார்கள். உணர்ச்சிவசப்பட்டுக் கட்டிப்பிடித்துக் கொண்டார்கள். உணவு விடுதியில் மேசைகளை நெருக்கிப் போட்டு விருந்து சாப்பிட்டார்கள். ஜெர்மன் ஆக்கிரமிப்பை நினைவுகூர்ந்தார்கள். ஆடினார்கள். பாடினார்கள். ஆனால், ஐம்பதுகளின் தொடக்கத்தில், அவர்கள் வருவதை நிறுத்தி விட்டனர். "கடந்த காலத்தையே நினைத்துக்கொண்டிருக்கக் கூடாது. எதிர்காலத்தை நோக்கி நடைபோட வேண்டும்" என்று அம்மா சொல்வாள்.

❍

அவளுக்கு நாற்பது – நாற்பத்தி ஆறு வயதிருக்கும்போது என் மனதில் பதிந்த காட்சிகள்:

– குளிர்காலத்தில் ஒரு நாள் காலையில், அவள் துணிவுடன் என் வகுப்புக்குள் நுழைந்து நான் கழிவறையில் மறந்து வைத்து விட்டு வந்த கம்பளிக் கழுத்துத் துண்டைத் தேடித் தருமாறு

வேண்டினாள். அது விலையுயர்ந்தது. (அதன் விலையை நான் வெகு நாட்கள் மறக்கவில்லை.)

– கோடையில் ஒரு நாள், கடற்கரை ஓரத்தில், வேல் – தெ – ரொஸ் என்ற இடத்தில், இளம் உறவுப் பெண் ஒருத்தியுடன் மீன் பிடிக்கிறாள். கறுப்புக் கோடுகள் போட்ட ஊதாநிற உடையை முன்பக்கமாக முடிச்சுப் போட்டிருக்கிறாள். அவர்கள் இருவரும் கடற்கரையோரம் இருந்த உணவு விடுதியில் போய் மதுபானம் அருந்துகிறார்கள். அவர்கள் தொடர்ந்து சிரித்துக்கொண்டே இருக்கிறார்கள்.

– தேவாலயத்தில், 'கன்னி மேரியை ஒரு நாள் மேலுலகில் சென்று பார்ப்பேன்' என்ற கீதத்தை உரத்த குரலில் பாடுகிறாள். எனக்கு அழுகை அழுகையாய் வந்தது. அது எனக்குப் பிடிக்கவில்லை.

– அவள் பளபளக்கும் ஆடைகளை அணிந்தாள். அவளிடம் ஒரு கறுப்புக் கம்பளிக் கோட்டு இருந்தது. ஜனரஞ்சக பத்திரிகைகளை விரும்பிப்படித்தாள். செவ்வாய்க்கிழமை சலவை செய்யும் பழக்கத்தை வைத்திருந்தவள், அதுவரை இரத்தம் தோய்ந்த உள்ளாடைகளை ஒரு மூலையில் போட்டுவைத்திருப்பாள்.

– நான் அவளை உற்றுப் பார்ப்பது அவளுக்குப் பிடிக்காது. "என்னை விலைக்கு வாங்கப் போகிறாயா?" என்று கோபத்துடன் கேட்பாள்.

– ஞாயிறு பிற்பகலில் அவள் பாத மேற்சோடோடும், உள்ளாடையோடும் படுத்துவிடுவாள். அவளுடைய பக்கத்தில் படுக்க என்னை அனுமதிப்பாள். அவள் விரைவிலேயே தூங்கி விடுவாள். அவள் முதுகு பக்கத்தில் நான் ஏதாவது படித்துக் கொண்டிருப்பேன்.

– ஒரு நிகழ்ச்சியில் விருந்து சாப்பிட்டோம். அவள் நிறைய மதுவருந்திவிட்டு, என் அருகில் வாந்தி எடுத்துவிட்டாள். அன்றிலிருந்து, எந்த ஒரு நிகழ்ச்சியின்போதும், விருந்து சாப்பிட நேர்ந்தால், அவளருகில் இருந்து கூடியவரை அவளை மதுக் கோப்பையை எடுக்காமல் பார்த்துக்கொண்டேன்.

❍

அவள் மிகவும் பலசாலியாகிவிட்டாள். எடை எண்பத்தி ஒன்பது கிலோ. நிறைய சாப்பிட்டாள். ரவிக்கையில் எப்போதும் சர்க்கரைத் துண்டுகள் இருக்கும். உடல் பருமனைக் குறைப்பதற்கு, அப்பாவுக்குத் தெரியாமல் ருவான் மருந்தகம் ஒன்றில் சில மாத்திரைகள் வாங்கி வைத்திருந்தாள். ரொட்டி,

வெண்ணெய் முதலியவற்றைத் தவிர்த்துப் பார்த்தாள். பத்து கிலோதான் குறைந்தது.

கதவை அடித்துச் சாத்துவாள். பெருக்கிச் சுத்தம் செய்ய நாற்காலிகளை மேசை மீது அடுக்கும்போது அவை ஒன்றோ டொன்று மோதிக்கொள்ளும். எது செய்தாலும் ஆரவாரத்தோடு தான் செய்தாள். பொருட்களை அவள் வைக்கும்போது, அவற்றைத் தூக்கி எறிவது போல் தோன்றும்.

அவள் கோபமாக இருக்கிறாள் என்று அவள் முகத்தைக் கொண்டே சொல்லிவிடலாம். குடும்பத்தாரோடு இருக்கும் போது, அவள் நினைத்ததைப் பட்டென்று சொல்லிவிடுவாள். என்னை 'மாடு', 'பன்றி', 'தெருப்பொறுக்கி' அல்லது 'அசிங்கம் பிடித்தவள்' என்றெல்லாம் சொல்லித் திட்டுவாள். அடிக்கடி அடித்துவிடுவாள். குறிப்பாக அறைகள் விழும். தோள்களில் குத்துவாள். (எனக்கு வந்த கோபத்துக்கு அவளைக் கொன்று விடலாம் போலிருக்கும். நல்லவேளை என்னைக் கட்டுப்படுத்திக் கொள்வேன்.) ஐந்து நிமிடம் கழித்து, என்னை அணைத்துக் கொண்டு 'என் செல்லமே' என்று கொஞ்சுவாள்.

ஒரு நிகழ்ச்சிக்காக அல்லது விழாவுக்காக அல்லது மருத்துவரைப் பார்ப்பதற்காக அவள் வெளியில் செல்வதற்கு ஒரு சின்ன சந்தர்ப்பம் கிடைத்தால், எனக்கு விளையாட்டுப் பொருட்கள், புத்தகங்கள் எல்லாம் வாங்கி வருவாள். பல் மருத்துவரிடம் கூட்டிச் செல்வாள். சளிக்காகச் சிறப்பு மருத்துவரிடம் அழைத்துச் செல்வாள். நல்ல செருப்பு வாங்கித் தருவாள். குளிர்காலத்துக் கேற்றாற்போல் சட்டைகள் வாங்கித் தருவாள். ஆசிரியை கேட்டு அனுப்பும் பள்ளிக்கான பொருட்களை வாங்கித் தருவாள். (என்னை அரசுப் பள்ளியில் சேர்க்காமல், மடத்தார் பள்ளியில் சேர்த்திருந்தாள்.) என் வகுப்புத்தோழி ஒருத்தி, உடைந்து போகாத சிலேட்டு வைத்திருந்தாள் என்று சொன்னால், உனக்கு அது வேண்டுமா என்று கேட்பாள். "நீ மற்றவரைவிட எந்த விதத்திலும் குறைந்தவளாக இருக்கக் கூடாது. அதுதான் என் விருப்பம்" என்பாள். தனக்குக் கிடைக்காததை எனக்குக் கிடைக்கும்படி செய்யவேண்டும் என்பதுதான் உள்ளுக்குள் அவளுக்கிருந்த ஆசை. அதனால், அவளுடைய வேலையின் பளு, பணக்கவலை எல்லாம் அதிகரித்தன. குழந்தைகள் நலனைப் பாதுகாப்பது முந்தைய காலத்தைவிட அதிகச் சிரமமாகிவிட்டது. அது பற்றி அவள் சுட்டிக்காட்டத் தவறியதில்லை. அடிக்கடி "உன்னை வளர்ப்பதற்கு அதிகச் செலவாகிறது" அல்லது "இவ்வளவு செய்தும் நீ மகிழ்ச்சியாக இல்லை" என்று சொல்லிக்கொண்டிருப்பாள்.

○

என் அம்மாவிடம் காணப்பட்ட வன்முறை, அதீத பாசம், அவளுடைய சாடல்கள் அனைத்தையும் அவள் குணாதிசயத்தில் ஒரு பகுதியாக மட்டும் நான் பார்க்க முற்படவில்லை. அவற்றை அவளுடைய வரலாற்றிலும், சமூகத்தில் அவள் பெற்றிருக்கும் இடத்திலும், பொருத்தித்தான் பார்க்க முற்படுகிறேன். உண்மையைத் தேடும் முயற்சியில் நான் எழுதுவது தனிமையிலிருந்தும், தனிப்பட்ட நினைவுகளின் இருளிலிருந்தும் விலகி வர உதவுகிறது. பொதுவான உண்மையை நோக்கி நகரச் செய்கிறது. ஆனால், ஏதோ ஒன்று அதனைத் தடுக்கிறது. என்னால் அவளை உணர்வுகள், அன்பு அல்லது சோகம் ஆகியவற்றோடு இணைத்துத்தான் பார்க்க முடிகிறது.

❍

அவள் வியாபாரத்திற்கு முன்னுரிமை கொடுக்கும் தாய். அவள் முதலில் வாடிக்கையாளர்களுக்குத்தான் சொந்தம். அவர்கள் தான் எங்களை 'வாழ வைக்கிறார்கள்'. (கடைக்கும் சமையலறைக்கும் இடையே ஒரு கதவு உண்டு. பின்னலுக்கு நூல் வாங்குவதற்கும், விளையாடச் செல்ல அனுமதி வாங்குவதற்கும் அந்தக் கதவுக்குப் பின்னால் காத்திருக்க வேண்டும்.) கடையில் அவள் வாடிக்கையாளர்களுக்குச் சேவை செய்யும்போது அவளைத் தொந்தரவு செய்யக்கூடாது. ஏதாவது சத்தம் அதிகமானால், அவள் கடையிலிருந்து எதுவும் பேசாமல் உள்ளே நுழைந்து அடி கொடுத்துவிட்டுப் போய்விடுவாள். தொடக்கத்திலிருந்தே, அவள் வியாபாரத்தில் அனுசரிக்க வேண்டிய நடைமுறைகளை எனக்குக் கற்றுத் தந்திருந்தாள் – வாடிக்கையாளர்களுக்கு வணக்கம் சொல்ல வேண்டும்; அவர்கள் வரும்போது சாப்பிட்டுக் கொண்டிருக்கக் கூடாது; அவர்கள் எதிரில் வம்புச் சண்டையில் ஈடுபடக்கூடாது. அதே சமயம், அவர்களை முழுமையாக நம்பக் கூடாது, கடைக்குள் வரும்போது அவர்களை அவர்களுக்குத் தெரியாமல் கண்காணிக்க வேண்டும் – இதெல்லாம் அவள் எனக்குச் சொல்லிக் கொடுத்திருந்தாள். அவளிடம் இரண்டு முகங்கள் உண்டு. ஒன்று வாடிக்கையாளர்களுக்கானது. மற்றொன்று எங்களுக்கானது. யாராவது மணியடித்தால், உடனேயே கடைக்குள் நுழைந்துவிடுவாள். முகத்தில் புன்னகை பூத்துவிடும். குரலை அடக்கி அவர்கள் உடல்நலம் பற்றி விசாரிப்பாள். அவர்களுடைய குழந்தைகள், தோட்டம் முதலியவற்றைப் பற்றி விசாரிப்பாள். ஆனால், சமயலறைக்குள் நுழையும் போது புன்னகை மறைந்துவிடும். ஒரு நிமிடம் மௌனம் காப்பாள். அவளிடம் ஒரு விதச் சோர்வு தென்படும். காரணம், வரும் வாடிக்கையாளர்களைக் கைக்குள் போட்டுக்கொள்வதற்கு மகிழ்ச்சியும் கசப்பும் நிறைந்த உணர்வுகளைக் கையாள வேண்டிய

கட்டாயம் அவளிடம் இருந்தது. இல்லையேல், வாடிக்கை யாளர்கள் வேறெங்காவது 'குறைந்த விலையில் பொருட்கள் கிடைக்கின்ற தென்றால்' கைவிட்டுப் போய்விடுவார்கள்.

என் அம்மாவை ஊரில் எல்லோருக்கும் தெரியும். அவள் பொதுவெளியில் ஒரு பிரபலமான பெண்மணி. வகுப்பில் என் ஆசிரியை என்னைக் கேள்வி கேட்கும் விதத்திலேயே அதனைத் தெரிந்துகொள்ளலாம். "உன் அம்மா ஆறு பாக்கெட் காஃபித் தூளை இந்த விலைக்கு விற்றாரானால். . ." (நல்லவேளை "உன் அம்மா மூன்று கோப்பை மதுவை இந்த விலைக்கு விற்றாரானால்" என்று கேட்பதில்லை.).

○

அவளுக்கு நேரமே இருப்பதில்லை. சமையல் செய்வதற்கோ, வீட்டைச் 'சுத்தமாக வைத்துக்கொள்வதற்கோ' நேரம் கிடையாது. நான் பள்ளிக்குக் கிளம்புவதற்கு முன்தான் விழுந்து போன பொத்தானைச் சட்டையில் வைத்துத் தைப்பாள். ரவிக்கையைப் போடப்போகும் போதுதான் அவசர அவசரமாக அதனை மேசை மூலையில் வைத்து இஸ்திரிப் போடுவாள். காலை ஐந்து மணிக்கு தரையைப் பெருக்கிவிட்டு பொருட்களைக் கொட்டி வைப்பாள். கோடைக் காலத்தில் கடை திறக்கும் முன் புல்தரையைக் கழித்து ஒழுங்குபடுத்திவிட்டு வருவாள். அவள் கடினமாகவும் வேகமாகவும் செயல்படுவாள். சோதனையாக அவள் பெருமையடித்துக் கொள்ளும் வேலையெல்லாம் கடுமையான வேலையே. ஆனால், அந்த வேலையில் ஈடுபடும் போது திட்டிக்கொண்டே இருப்பாள். பெரும் துணிகளின் வெளுப்பு, அறையில் தரையைச் சுத்தப்படுத்துவது – இவை யெல்லாம்தான் கடுமையான வேலைகள். ஓய்வெடுப்பது அவளுக்கு முடியாத காரியம். ஏதாவது ஒன்றைப் படிப்பது என்றால் அதற்கு ஒரு நியாயம் கற்பித்துக்கொள்வாள் ("எனக்குச் சற்று உட்காருவதற்கு உரிமை உண்டு"). (யாராவது ஒரு வாடிக்கையாளர் வந்துவிட்டால், படித்துக்கொண்டிருக்கும் தொடர்கதையைத் தைப்பதற்கு வைத்திருக்கும் துணிகளுக்குள் மறைத்துவிடுவாள்). என் அப்பாவுக்கும் அம்மாவுக்கும் இடையில் ஏற்படும் பிணக்கு இருவரும் எந்த அளவுக்கு வேலை செய்திருக்கிறார்கள் என்பது பற்றியதாகத்தான் இருக்கும். "நான் தான் இங்கு எல்லா வேலையும் செய்ய வேண்டி இருக்கிறது" என்று சொல்லிவிடுவாள்.

○

என் தந்தை வட்டார நாளிதழ் மட்டுமே படிப்பார். அவருக்குச் 'சரிப்பட்டு வராத' இடங்களுக்குப் போகமாட்டார்.

பெரும்பாலான விஷயங்களை அவர் 'ஒத்துவராது' என்று ஒதுக்கிவிடுவார். தோட்ட வேலை, சீட்டு விளையாடுவது, டோமினோ விளையாடுவது, சின்னச் சின்ன வீட்டுப் பொருட்களைச் செப்பனிடுவது – இவைதான் அவருக்குப் பிடித்தவை. இலக்கணப் பிழையின்றிப் பேசுவதில் அவர் கவனம் செலுத்துவதில்லை. வட்டார வழக்குச் சொல்லாடல்களைத் தொடர்ந்து பயன்படுத்தி வந்தார். மாறாக, அம்மா இலக்கணப் பிழைகளைத் தவிர்த்துவிட்டு, சொற்களைத் தேர்ந்தெடுத்துப் பேசுவாள். என் 'புருஷன்' என்று சொல்லமாட்டாள். என் 'கணவன்' என்றுதான் சொல்லுவாள். எப்போதாவது, உரையாடலின்போது, எங்கேயாவது கற்றுக்கொண்ட அல்லது 'படித்தவர்கள் பயன்படுத்திய' சொல்லாடல்களை உபயோகிப்பாள். அத்தருணங்களில், தவறு நிகழ்ந்துவிடுமோ என்ற அச்சம் ஏற்படும். முகம் சிவந்துவிடும். அதுபோன்ற 'புரியாத புதுச் சொற்களைக்' கேட்டு அப்பா கிண்டல் செய்வதுமுண்டு. அவளுக்குத் தன்னம்பிக்கை வந்த பின்பு, அவள் அடிக்கடி அவற்றைப் பயன்படுத்துவாள். 'நாங்கள் வலசைப் பறவைகளல்ல' என்பது போன்ற சொல்லாடல்களைப் பயன்படுத்தும்போது அவள் முகத்தில் ஒரு புன்னகை தோன்றும் – அவற்றையாவது அவர்கள் புரிந்துகொள்வார்கள் என்ற நம்பிக்கையில், எல்லா வற்றிலும் ஒரு புதுமையைத் தேடினாள். வழக்கமாகப் போகும் கடைகளைத் தவிர்த்துவிட்டுப் 'பிரேந்தான்' போன்ற பேரங்காடிகளை நாடிச் செல்வாள். கண் மருத்துவர் அறையில் பார்க்கும் அழகான விரிப்புகள் அவளைக் கவர்ந்திழுக்கும். ஆனால், அதனை வெளியில் காட்டிக்கொள்ள மாட்டாள். அவள் அடிக்கடி பயன்படுத்தும் சொல்லாடல் 'என்னிடம் துணிவுக்குப் பஞ்சமில்லை' என்பதாகும். அவள் உடைகளையோ முக அலங்காரத்தையோ பார்த்து அப்பா ஏதாவது சொல்லிவிட்டால், 'நமது அந்தஸ்த்துக்குத் தகுந்தாற்போல் நடந்துகொள்ள வேண்டும்' என்று சொல்லிவிடுவாள்.

நாகரிக வாழ்க்கைக்குத் தேவையான விதிகளைப் பின்பற்றத் துடித்துக்கொண்டிருந்தாள். அதனால், அதற்கான நடவடிக்கை களில் சறுக்கிவிடுவோமோ என்ற பயம் அவளிடம் இருந்தது. புதிதாக என்ன பேசப்படுகிறது என்று பார்ப்பாள். பெரிய எழுத்தாளர்களின் பெயர்கள், புதிதாகத் திரையிடப்படும் திரைப்படங்களின் பெயர்கள் (அவள் நேரமில்லாத காரணத்தால் திரையரங்குகளுக்குப் போகமாட்டாள்), தோட்டத்துப் பூக்களின் பெயர்கள் – இப்படி அனைத்தையும் தெரிந்துவைத்துக்கொள்ள முனைந்தாள். அவளுக்குத் தெரியாதவற்றைப் பற்றிப் பேசினார்களானால், கூர்ந்து கவனிப்பாள் – எல்லாவற்றையும் புரிந்துகொள்ளும் ஆசை தன்னிடம் இருந்ததென்று காட்டிக்

ஒரு பெண்மணியின் கதை

கொள்வதற்காக! வாழ்க்கையில் உயர்வு என்பது அவளைப் பொறுத்தவரையில் படிப்பதனால் வருவதுதான் ('அறிவை நிரப்ப வேண்டும்' என்று அடிக்கடிச் சொல்வாள்).கற்றுக்கொள்வதைவிட மேன்மையான பயிற்சி எதுவுமில்லை. மிகவும் கவனத்தோடு புத்தகங்களைக் கையாளுவாள். அவற்றைத் தொடுவதற்கு முன் கைகளைக் கழுவிக்கொள்வாள்.

○

என் மூலமாகவும் அவள் ஆசையை நிறைவேற்றிக்கொள்வாள். மாலையில் வீட்டுக்கு வந்ததும் பள்ளியில் நடந்ததைப் பற்றிக் கேட்பாள். பாடங்களைப் பற்றிக் கேட்பாள். பாடம் சொல்லித் தரும் ஆசிரியர்கள் பற்றிக் கேட்பாள். பள்ளியில் நாங்கள் பயன்படுத்தும் 'ரெக்ரே' (விளையாட்டு), 'கொம்போ' (கட்டுரை), ஜிம் (உடற்பயிற்சி) போன்ற சுருக்கமான பிரெஞ்சு வார்த்தை களை அவள் பயன்படுத்துவாள். அவள் ஏதாவது தவறான வார்த்தைகளைப் பயன்படுத்தினால் அதனை நான் திருத்த வேண்டுமென்று எதிர்பார்த்தாள். ருவான் நகரிலுள்ள வரலாற்றுச் சின்னங்கள், அருங்காட்சியகங்கள், வில்லெக்கியே என்ற உய்கோ மகாகவியின் குடும்பக் கல்லறை ஆகியவற்றை அழைத்துக் கொண்டுபோய் காண்பிப்பாள்.

எதையும் ரசிக்கும் தன்மை அவளிடம் எப்போதுமே இருந்தது. நான் படிப்பதை அவளும் படிப்பாள். நூலகர் பரிந்துரைப்பதைப் படிப்பாள். அதில்லாமல், யாராவது ஒரு வாடிக்கையாளர் மறந்துவிட்டு விட்டுச் செல்லும் லெ எரிச்சோன் (Le Hérisson) என்ற பத்திரிகையையும் படிப்பாள். "இது உபயோக மற்றது. இருந்தாலும், எல்லாவற்றையும் படிக்க வேண்டும்!" (அருங்காட்சியகத்துக்குப் போகும்போது எகிப்திய சாடிகளைப் பார்த்து வியந்தாள் என்று சொல்லுவதைவிட, படித்தவர்கள் வியந்து பாராட்டும் பொருட்களை எனக்குக் காண்பிப்பதில் பெருமை கொண்டாள் என்றுதான் சொல்ல வேண்டும். (அந்தரங்கம் பத்திரிகையை விட்டுவிட்டு பேராலயங்களில் அடக்கம் செய்யப்பட்டிருப்பவர்களையும், டிக்கன்ஸ், தொதே ஆகியவர்களையும் எனக்கு அறிமுகம் செய்துவைப்பது முக்கியமாக என்னுடைய நன்மைக்காகத்தான், அவளுடைய நன்மைக்காக அல்ல.)

என் அப்பாவைவிட அம்மா ஒரு படிமேல் என்று நினைத்தேன். அவள்தான் என்னுடைய ஆசிரியர்கள், பேராசிரியர்கள் போல் நடந்துகொண்டாள். அவளுடைய ஆதிக்கம், விருப்பம், பேராசையெல்லாம் பள்ளிக்கூடத்தைச் சார்ந்தனவாகவே இருந்தன. நான் படிக்கும்போதும்,

கவிதைகளைப் பாராயணம் செய்து ஒப்பிக்கும்போதும், ருவான் நகரத் தேநீர் விடுதிகளில் அவளோடு 'கேக்' சாப்பிடும்போதும் எங்களுக்குள் ஓர் அந்நியோன்னியம் நிலவுவதுண்டு. அப்பா அப்படியல்ல. அவர் என்னைச் சந்தைக்கும், சர்க்கஸுக்கும், சினிமாவுக்கும் அழைத்துச் செல்வார். சைக்கிள் ஓட்டக் கற்றுத்தருவார். தோட்டத்தில் காய்கறிகளைப் பிரித்துப் பார்க்கச் சொல்லித்தருவார். அவரோடு நான் விளையாடுவேன் – ஆனால், அவளோடு நான் 'உரையாடுவேன்'. இருவரில் அவளே ஆதிக்க சக்தி, அவளே சட்டம் வகுப்பவள்.

❍

ஐம்பதாவது வயதை நெருங்கும்போது அவளிடம் ஓர் இறுக்கத்தைக் கண்டேன். எப்போதும் போல் துடிதுடிப்பாகவும், வலுவாகவும், அள்ளிக் கொடுப்பவளாகவும்தான் இருந்தாள். தலைமுடி பொன்னிறமாகவோ அல்லது சிவப்பாகவோ இருந்தது. ஆனால், வாடிக்கையாளர்களிடம் புன்னகையோடு இருக்க வேண்டிய கட்டாயம் இல்லாத வேளைகளில் முகத்தில் கடுகடுப்பு இருந்தது. ஒரு சின்ன சம்பவம், அல்லது விமர்சனம் அவள் கோபத்தைக் கிண்டிவிட்டுவிடும். மோசமான வாழ்க்கை நிலை குறித்து எரிந்து விழுவாள். (நகரம் புதுப்பிக்கப்பட்டு, புதிய – பெரிய அங்காடிகள் ஆரம்பிக்கவே, அவளது சாதாரண பெட்டிக்கடை வியாபாரம் நலியத் தொடங்கிவிட்டது). தேவையில்லாமல் தன் சகோதர சகோதரிகளிடம் கோபித்துக்கொள்வாள். என் பாட்டி இறந்தவுடன், அவளிடம் துக்கம் நீண்ட நாள் நீடித்தது. வாராவாரம் ஆலயப் பூஜைக்குச் சென்று வந்தாள். அவளுக்குள் இருந்த ஒரு கனவுநிலை மறைந்துவிட்டது.

1952. அவளுக்கு வயது நாற்பத்தி ஆறு. கோடைக்காலம். பேருந்தில் 'ஏத்ர்தா'வுக்கு வந்திருந்தோம். அவள் புல்வெளியைத் தாண்டி மலைச் சரிவில் ஏறினாள். பூப்போட்ட நீல 'கிரேப்' ஆடை அணிந்திருந்தாள். வீட்டை விட்டுக் கிளம்பும்போது, அண்டை வீட்டார்களுக்குப் பயந்து துக்கத்தைக் குறிக்கும் கறுப்பு ஆடை அணிந்திருந்தாள். பாறைகளுக்குப் பின் போய் அதனை மாற்றிக் கொண்டிருந்தாள். உச்சிக்குப் போகும்போது அவள் எனக்குப் பின்னால் வந்தாள். மூச்சு வாங்கியது. பவுடர் அடித்திருந்த முகம் முழுதும் வியர்வை. மாதவிடாய் நின்று இரண்டு மாதங்கள் ஆகிவிட்டன.

❍

நான் வளர்ந்த பெண்ணானதும், அவளிடமிருந்து விலகினேன். நாங்கள் எதிரும் புதிருமானோம்.

அவள் சிறுமியாக இருந்த உலகத்தில் பெண்களின் சுதந்திரம் பற்றிய கேள்வியே எழுந்ததில்லை. வேண்டுமானால், ஒழுக்கக்கேடோடு அதனைச் சேர்த்துப் பேசலாம். பாலுணர்வு பற்றிப் பேசுதல் உடல் வெறியைப் பற்றிப் பேசுவதாகும். 'இளம் பெண்கள் காதுகளுக்கு' அது எட்டக்கூடாது. சமூகம் அதை வைத்துத்தான் பெண்ணின் நடத்தையை 'நல்லது' அல்லது 'கெட்டது' என்று தீர்மானிக்கும். அதுபற்றி அவள் எதுவுமே சொன்னதில்லை. அவளிடம் அதுபற்றிக் கேட்பதற்கு எனக்குத் துணிவில்லை, ஏனென்றால், அதுபற்றிக் கேட்பதே சீரழிவின் தொடக்கமாகக் கருதப்பட்டது. நான் பூப்படைந்தேன் என்று அவளிடம் சொன்னபோதும், முகம் சிவந்து அவள் என்னிடம் நான் அணிந்துகொள்ள வேண்டிய துணியை விளக்கம் எதுவும் சொல்லாமல் நீட்டியபோதும் எனக்கு ஒரு சங்கடம் ஏற்பட்டது.

நான் வளர்வதைப் பார்க்க அவளுக்கு விருப்பமில்லை. என்னை நிர்வாணமாகப் பார்க்கும்போது என் உடல் அவளுக்கு ஒரு வெறுப்புணர்ச்சியை ஏற்படுத்தியது போல் இருந்தது. என் மார்பகமும், இடுப்பும், சிறுவயது பையன்கள் பின்னால் நான் ஓடக்கூடிய ஆபத்தைக் குறித்தன. படிப்பில் எனக்கிருந்த ஆர்வம் குறையக் கூடிய ஆபத்தையும் உணர்த்தின. ஆகவே, என்னைக் குழந்தையாகவே வைத்திருக்க முயன்றாள். எனக்குப் பதினாங்கு வயதாக இன்னும் ஒரே வாரம்தான் இருந்த நிலையில், எனக்கு இன்னும் பதிமூன்று வயதுதான் என்று சொல்லிக் கொண்டிருப்பாள். அந்த வயதுக்கேற்ற ஆடைகளைத்தான் அணியச் செய்வாள். என்னுடைய பதினெட்டாவது வயது வரை, நான் வெளியில் போவதைத் தடுப்பதும், என்னுடைய ஆடையை நானே தேர்வு செய்வதைத் தடுப்பதும் எங்களுக்குள் வாக்குவாதம் ஏற்படுவதற்குக் காரணமாக இருந்தது. நான் ஓர் இடுப்புப் பட்டை அணியவேண்டுமென்று அவள் அடிக்கடிச் சொல்வாள். ("நீ ஒழுங்காக உடுத்திக் கொள்ள வேண்டுமென்றால் முதலில் நீ அதைச் செய்யவேண்டும்".) அவளுடைய கோபம் சில சமயங்களில் அளவுக்கு மீறியது போல் தோன்றும்: "இந்த ஆடையைப் போட்டுக்கொண்டும், இந்த மாதிரி முடியை வைத்துக்கொண்டுமா வெளியில் போகிறாய்" என்று கத்துவாள். ஆனால், எனக்கோ அதெல்லாம் இயல்பாகவே தோன்றும். எங்களிடம் ஒருவருக்கொருவர் என்ன எதிர்பார்த்தோம் என்பது எங்களுக்குத் தெரியும். நான் ஆண்களைக் கவர்வதில் ஆர்வமாக இருந்தேன். அது அவளுக்குத் தெரியும். அதனால் எனக்கு ஏதாவது 'அசம்பாவிதம்' (எவனிடமாவது ஏமாந்து கர்ப்பமாகி விடுவது) நிகழுமோ என்ற பயம் அவளிடம் ஏற்பட்டிருந்தது.

அவள் இறந்துபோவது என்னை ஒன்றும் பாதிக்காது என்று. . . சில சமயங்களில், கற்பனை செய்துகொள்வேன்.

❍

அவளைப் பற்றி இப்போது நான் எழுதிக்கொண்டிருக்கும் வேளை, அவளைச் சில சமயம் 'நல்ல' தாயாராகவும், சில சமயம் 'கெட்ட' தாயாராகவும் பார்க்கத் தோன்றுகிறது. என் குழந்தைப் பருவத்திலிருந்து வரும் இதுபோன்ற எதிர்மறை எண்ணங்களை விலக்கிவிட, என்னை வேறொருவர் மகளாகவும், அவளை வேறொருவர் தாயாகவும் நினைத்துக்கொள்ள முயல்கிறேன். ஆக, நான் கூடியவரை பாரபட்சம் இல்லாமல்தான் எழுதுகிறேன் என்றாலும் சில சொலவடைகள் ("உனக்கு ஏதாவது அசம்பாவிதம் ஏற்பட்டால்") என் நெஞ்சை உருத்தும். மற்றவை (உதாரணமாக, உடல், பாலுணர்வு ஆகியவற்றை மறுத்தல்) அரூபமாக ஒலிக்கும். நான் இன்று அவற்றை நினைத்துப் பார்க்கும் போது பதினாறு வயதில் எனக்கிருந்த அதே அதைரிய உணர்வு மேலிடுகிறது. ஆப்பிரிக்கத் தாய் ஒருத்தி முதுகின்மீது தன் சிறுவயது பெண்ணைச் சுமந்துகொண்டு போவாள். அவள் பின்னாலேயே தாதி ஒருத்தி அப்பெண்ணின் பாலுறுப்பைக் கத்தரித்துவிடுவாள். அதுபோலத்தான் என் தாயும்.

❍

அவள் என்னுடைய ஆதர்சத் தாயாக இருக்கவில்லை. *எக்கோ த லா மோத்* என்னும் பத்திரிகை நவீன பாணிகளைப் பற்றி எழுதும். என்னுடன் படிக்கும் நடுத்தரவர்க்கப் பெண்களின் தாயார்கள் அந்தப் பத்திரிகையில் வரும் தாய்மார்களைப் பின்பற்றுவார்கள். அவர்கள் மெலிந்திருப்பார்கள். வெளியில் அதிகம் வரமாட்டார்கள். நன்றாகச் சமைப்பார்கள். தங்கள் பெண்ணைச் 'செல்லமே' என்றழைப்பார்கள். அவர்களை எனக்குப் பிடித்தது. என் அம்மாவின் அன்றாட வாழ்க்கை முறைதான் எனக்குப் பிடிக்காது. பாட்டில்களைத் திறக்கும்போது அவற்றைத் தொடைகளுக்கிடையில் வைத்துத் திறப்பாள். கரடுமுரடாகப் பேசுவாள் – நடந்துகொள்வாள். அதனால் நான் வெட்கப்படுவேன். நான் அவளை ஒத்திருப்பதால் அதிகப்படியாக வெட்கப்படுவேன். நான் தற்போது புதிய நண்பர்கள் வட்டத்தில் உறவாடுவதால், நான் வெறுத்து ஒதுக்கும் வட்டத்தில் அவள் இருப்பதை நான் விரும்பவில்லை. அறிவை வளர்த்துக் கொள்வதற்கும், அதனை வளர்த்துக்கொள்ள நினைப்பதற்கும் இடையில் நிறைய வேறுபாடுகள் உண்டு. ஒரு கலைக்களஞ்சியம் இருந்தால்தான் அவளால் வான் கா *(Van Gogh)* யாரென்று

தெரிந்துகொள்ள முடியும். பெரிய எழுத்தாளர்களை அவளுக்குப் பெயர் அளவில்தான் தெரியும். என்னுடைய பாடத்திட்டம் அவளுக்கு ஒரு புதிர். ஒரு விதத்தில் என் அப்பாவைவிட அவள்தான் என்னைத் தனித்து விட்டுவிட்டாள் என்பதை உணராமல் இருக்க முடியவில்லை. நான் ஒரு புதிய உலகத்தில் புகுந்தேன். அந்த உலகத்தில், என் தோழிகளுக்கெல்லாம் அவர்கள் வீட்டில் ஒரு நூலகம் இருந்தது. எனக்கெல்லாம் அந்த வசதி யில்லை. நிராயுதபாணியாக அந்த உலகில் அடியெடுத்து வைத்தேன். அவளிடம் இருந்த கவலையிலும் சந்தேகத்திலும், அவளால் என்னிடம் கேட்க முடிந்த கேள்வி ஒன்றுதான் – "ஒழுங்காகப் படிக்கிறாயா?" அல்லது, "எவனோடு சுற்றிவிட்டு வருகிறாய்?"

நாங்கள் பேசிக்கொள்ளும்போது சண்டை போட்டுக் கொள்வதுபோல் இருக்கும். அவள் என்னிடத்தில் பழைய அன்னியோன்னியத்தை எதிர்பார்த்தாள். "எதுவானாலும் நீ என்னிடம் சொல்லலாம்" என்று சொல்லியிருந்தாள். ஆனால், இப்போதெல்லாம் என் மௌனம்தான் பதிலாகிவிட்டது. எல்லாவற்றையும் அவளிடம் சொல்லமுடியாது என்ற நிலை வந்துவிட்டது. விளையாட்டு, பயணம், விருந்து ஆகியவற்றைப் போன்று பள்ளிக்கூடத்துக்குச் சம்பந்தம் இல்லாதவற்றைப் பற்றியோ, அரசியல் பற்றியோ (அல்ஜீரியப் போர் நடந்த காலகட்டம்) பேசினால் முதலில் மகிழ்ச்சியோடு கேட்டுக் கொள்வாள். பின்னர் திடீரென்று கோபத்துடன் "அதை யெல்லாம் உன் தலையில் ஏற்றிக்கொள்ளாதே. பள்ளிக்கூடம்தான் முக்கியம்" என்று காட்டமாகச் சொல்வாள்.

நான் சமூக மரபுகள், மதச் சடங்குகள், பணம் ஆகியவற்றை அலட்சியம் செய்ய ஆரம்பித்தேன். கவிஞர் ரேம்போ, கவிஞர் பிரேவேர் ஆகியோர் கவிதைகளை நகல் எடுத்தேன். என் பயிற்சிப் புத்தகங்களின் அட்டையில் ஜேம்ஸ் டீனின் புகைப்படங்களை ஒட்டி வைத்தேன். பிராஸ்ஸென்ஸின் 'கெட்டப் பெயர்' என்னும் பாட்டைக் கேட்டேன். எனக்கு மனச்சோர்வு ஏற்பட்டது. என்னுடைய பெற்றோரை நடுத்தர வர்க்கத்தினராகப் பாவித்து என் இளவயது மனப் போராட்டத்தைக் கற்பனாவாத பாணியில் நடத்தி வந்தேன். புரிந்துகொள்ளப்படாத கலைஞர்கள் வரிசையில் என்னைச் சேர்த்துக்கொண்டேன். என் அம்மாவைப் பொறுத்த வரையில், எதிர்ப்புக்குரல் தெரிவிப்பது ஏழ்மையை எதிர்த்துத் தான். வேலையின் ஒரே குறிக்கோள் பணம் சம்பாதித்தும் மற்றவர்கள் போல் வசதியாக இருப்பதும்தான். அதனால்தான் நான் அவர்களது மோசமான குற்றச்சாட்டுகளுக்கு உள்ளாகிக் கொண்டிருந்தேன். அவர்கள் சொன்னது எனக்குப் புரியவில்லை.

என்னுடைய நிலைப்பாட்டை அவர்களும் புரிந்துகொள்ள வில்லை. “உன்னைப் பன்னிரண்டு வயதில் ஓர் ஆலை வேலைக்கு அனுப்பியிருந்தேனென்றால், நீ இதுபோல் இருக்கமட்டாய்” என்பார்கள். “இப்போது தங்கிப் படிக்கும் மாணவர் விடுதியே போதும். மற்றவற்றைவிட அதிகச் செலவாகவில்லை” என்பார்கள்.

சில சமயங்களில் எதிரிலிருக்கும் என்னை ஒரு வர்க்க எதிரியாக நினைப்பாள்.

❍

வீட்டைவிட்டு வெளியேறுவதே என் கனவாக இருந்தது. ஒருவாறாக, நான் ‘ருவான்’ கல்லூரிக்குச் சென்று படிக்க அனுமதித்தாள். பின்னர் லண்டனுக்குப் போகவும் அனுமதித்தாள். நான் அவளைவிட மேல்நிலைக்குப் போக எந்தத் தியாகத்திற்கும் தயாராக இருந்தாள் - என்னைப் பிரிந்திருப்பதே மிகப்பெரிய தியாகமாக இருந்தபோதும்! அவள் பார்வைக்கு அப்பால் இருந்தபோது, அவள் தடுத்துக் கொண்டிருந்த எல்லாவற்றையும் செய்துவிடத் துணிந்தேன். நிறைய சாப்பிட்டேன்; பல வாரங்கள் சாப்பிடாமல் இருந்தேன். மனதில் ஒரு புளகாங்கிதம் ஏற்பட்டது. சுதந்திரமாக வாழ்வது என்னவென்று கண்டுகொண்டேன். எங்களுக்குள் இருந்த சண்டைகளை மறந்துவிட்டேன். கல்லூரியில் இலக்கியம் படிக்கும்போது, என் தாய் பரிசுத்தமானவளாகத் தெரிந்தாள். அவளிடம் வன்முறை இல்லை. கத்திப்பேசும் பேச்சுக்கும் இடமில்லை. அவள் என்மீது வைத்திருந்த பாசத்தின் மீது எந்தச் சந்தேகமும் இல்லை. ஒரு குற்ற உணர்ச்சி மேலிட்டது. கல்லூரியில் என்னைப் பிளாட்டோ போன்ற மேதைகளைப் படிக்க வைக்க அவள் காலையிலிருந்து மாலைவரை உணவு விடுதியில் ஓய்வின்றி உணவு பரிமாறிக்கொண்டிருந்தாள்!

அவளைப் பார்க்காதிருந்தது எனக்கு வருத்தமாக இல்லை யெனினும், அவளைப் பார்ப்பதில் எனக்கு மகிழ்ச்சி ஏற்பட்டது. நான் அவளிடம் திரும்பி வந்ததற்குக் காரணம், எனக்குக் காதல் அனுபவத்தில் ஏற்பட்ட சோகங்கள்தான். ஆனால், நான் அவற்றை அவளிடம் மனம்விட்டுச் சொல்லமாட்டேன். அவள் சுற்றத்தில் உள்ள பெண்களின் தவறுகளையும், கருக்கலைப்பு களையும் பற்றிப் பேசுவாள் – எனக்கு அதிலெல்லாம் சம்பந்த மில்லை என்றாலும்கூட! அவற்றைக் கேட்டுக்கொள்ளும் வயது எனக்கிருந்தது என்பதை எங்களுக்குள் ஏற்றுக்கொண்டுவிட்டோம்.

நான் வீட்டுக்கு வரும்போதெல்லாம் அவள் கடையில் வியாபாரத்தைக் கவனித்துக்கொண்டிருப்பாள். வாடிக்கையாளப் பெண்கள் என்னைத் திரும்பிப் பார்ப்பார்கள். அதைப் பார்த்து

அவளுக்குக் கொஞ்சம் வெட்கம் வரும். அதனை அவள் சிரித்து மழுப்பிவிடுவாள். கடைசி வாடிக்கையாளர் போனதும், நாங்கள் சமையலறைக்குப் போய்க் கட்டித் தழுவிக்கொள்வோம். பயணத்தைப் பற்றி விசாரிப்பாள். படிப்பைப் பற்றி விசாரிப்பாள். "துவைக்க வேண்டிய துணிகளையெல்லாம் கொடு", "நீ போன பின் வந்த தினசரிகளையெல்லாம் பத்திரமாக வைத்திருக்கிறேன்" என்றெல்லாம் சொல்லுவாள். எங்களுக்குள் அன்பு மலர்ந்தது. ஒன்றாக வாழாதவர்களிடம் காணப்படும் கூச்சமிருந்தது. பல வருடங்களாக இப்படி வீடு திரும்பும் படலம்தான் எங்கள் உறவுக்கு வித்தாக இருந்தது.

O

அப்பா வயிற்றில் அறுவை சிகிச்சை செய்துகொண்டவர். வெகு சீக்கிரம் களைப்படைந்துவிடுவார். அவரால் பழக்கூடைகளை யெல்லாம் தூக்கமுடியாது, அந்தப் பொறுப்பை அம்மாவே மனமுவந்து ஏற்றுக்கொண்டாள் – முணுமுணுக்காமல்! நான் வீட்டைவிட்டு வெளியேறியபின், என் பெற்றோர்கள் சண்டை போட்டுக்கொள்வதைக் குறைத்துக்கொண்டார்கள். அவரிடம் அவள் நெருக்கமானாள். 'அப்பா' என்று கூப்பிடுவாள். புகைபிடிப்பது போன்ற அவருடைய சிறுசிறு தீயபழக்கங்களைக் கண்டுகொள்வதில்லை. "அவருக்கும் ஒரு மனத்திருப்தி வேண்டு மல்லவா" என்பாள். கோடைக்காலத்தில், ஞாயிற்றுக்கிழமைகளில் கிராமப்புறத்தைக் காரில் போய்ச் சுற்றிவிட்டு வருவார்கள்; அல்லது உறவினர்களைப் போய்ப் பார்த்து வருவார்கள். குளிர் காலத்தில் மாலை பூசை முடிந்தவுடன் முதியோர்களிடம் சென்று விசாரிப்பார்கள். அவள் நகரின் மையப்பகுதி வழியாக வீடு திரும்புவாள், வழியில் ஒரு பேரங்காடி இருந்தது. இளசுகள் திரைப்படம் பார்த்துவிட்டு அங்கு வந்து கூடுவர். அவள் அங்குக் கொஞ்ச நேரம் தொலைக்காட்சி பார்த்துவிட்டு வருவாள்.

வாடிக்கையாளர்கள் அவளைப் பார்த்து இன்னும் அழகாகத்தான் இருந்தாள் என்று சொல்வதுண்டு. தலைமுடியில் சாயம் அடித்துக்கொள்வாள். குதிக்கால் உயர்ந்த செருப்பை அணிந்துகொள்வாள். மூக்குக்கண்ணாடி அணியத் தொடங்கினாள். ஆனால், அவள் தாடையில் பஞ்சுபோன்ற முடி முளைக்கும். அதனை யாருக்கும் தெரியாமல் எரித்துவிடுவாள். (இதனால் அப்பாவுக்கு ஒரு குரூர மகிழ்ச்சி ஏற்படும். காரணம், அவளுக்கும் தனக்கும் இடையே இருந்த வயது இடைவெளியை அவள் தோற்றம் குறைத்துக் கொண்டுவிடும்.) மெல்லிய வண்ண மயமான ஆடைகள் அணிவதை நிறுத்திக்கொண்டாள். கோடைக்காலத்தில்கூட சாம்பல் அல்லது கறுப்பு நிற

ஆடை அணியத் தொடங்கினாள். வசதியாக இருக்குமென்று, சட்டையைப் பாவாடைக்குள் இழுத்து விடுவதில்லை.

என் இருபதாவது வயதுவரை, நான்தான் அவளை வயது முதிர்ச்சியடையச் செய்ததாக நினைத்துக்கொண்டிருந்தேன்.

○

இப்போது நான் அவளைப் பற்றி எழுதுவது யாருக்கும் தெரியாது. 'எழுதுகிறேன்' என்பதும் சரியான வார்த்தையல்ல. உண்மையில், நான் அவள் உயிரோடு இருந்த காலத்திலும் இடத்திலும் அவளோடு வாழ்கிறேன் என்றுதான் சொல்ல வேண்டும். சில சமயங்களில், நான் வீட்டில் இருக்கும்போது, அவளுக்குச் சொந்தமான சில பொருட்கள் என் கண்ணில் படுவதுண்டு. உதாரணமாக, நேற்றைக்கு முன்தினம், அவள் துணி தைக்கப் பயன்படுத்தும் ஓர் அங்குஸ்தான் கிடைத்தது. அவள் கயிறு தொழிற்சாலையில் வேலை செய்தபோது, இயந்திரம் ஒன்றில் ஒரு விரல் சிக்கி வளைந்துவிட்டது. அந்த விரலில்தான் அவள் அந்த அங்குஸ்தானை அணிவாள். அதைப் பார்த்ததும் நான் உணர்ச்சி வசப்பட்டுவிட்டேன். நான் வாழும்காலம் நிஜமான காலம். அவள் உயிரோடு இல்லாத காலம். அப்படி இருக்கும்போது, அவள் முற்றிலுமாக மறைந்துவிட்டாள் என்றுதான் எழுத வேண்டும். "உங்கள் அடுத்த புத்தகம் எப்போது?" என்று கேட்பவர்கள் மீது எரிந்து விழுவதில் அர்த்தமில்லை.

○

எனக்குத் திருமணமாகாதவரை, அவளைவிட்டுத் தூரத்திலிருந்த போதும், நான் அவளுக்குத்தான் சொந்தம். குடும்பத்தினரும், வாடிக்கையாளர்களும் கேட்கும்போது, அவள் "திருமணம் செய்து கொள்ள இன்னும் நாள் இருக்கிறது. அவசரம் ஒன்றுமில்லை. அவளுக்கு இன்னும் வயதாகிவிடவில்லை" என்று பதில் சொல்வாள். அடுத்த கணமே சற்று மாற்றிப் பேசுவாள்: "அவளை நான் என்னுடனேயே வைத்துக்கொள்ள விரும்பவில்லை. அவளவள் கணவனோடும் பிள்ளைக் குட்டிகளோடும் இருப்பது தான் வாழ்க்கை." இப்படியிருக்கும்போது, நான் கோடைக் காலத்தில் ஒருநாள், பொர்தோ நகரில், அரசியல்துறை பயிலும் மாணவன் ஒருவனைத் திருமணம் செய்துகொள்ள விரும்புகிறேன் என்று சொல்லிவிட்டேன். அவள் முகம் வெட்கத்தில் சிவந்து விட்டது. அவளிடம் ஒரு நடுக்கம் காணப்பட்டது. கிராமத்துப் பெண்களுக்கேயுரிய நம்பிக்கையின்மையோடு அதனை மறுக்கக் காரணம் தேடினாள். அதுபோன்ற நிலையை அவளே தவறு என்றுகூடச் சொன்னதுண்டு. "அவன் நம்ம பக்கத்துப் பையன்

இல்லையே" என்றாள். பின்னர், சற்று நேரத்தில் அமைதியானாள். திருப்தியடைந்தாள் என்றே சொல்லலாம். ஒரு சிறு நகரத்தில் திருமணம்தான் மக்களை மதிப்பிடும் ஓர் அளவுகோல். நான் 'ஆலைத் தொழிலாளி ஒருவனைத் தேர்ந்தெடுத்துவிட்டேன்' என்று யாரும் சொல்லப் போவதில்லை. ஆகையால், எங்களுக்குள் ஒரு புதிய அன்னியோன்னியம் பிறந்தது. அந்தப் 'பெரிய விசேஷத்திற்குத்' தேவையான சாமான்களை வாங்குவதற்கு இருவரும் கூடிக்கூடிப் பேசினோம். பின்னாட்களில் அந்த அன்னியோன்னியம் குழந்தைகள் குறித்தும் ஏற்படும். மேற்கொண்டு அன்னியோன்னியம் ஏற்பட வேறெதுவும் இல்லை.

○

என் கணவனும் நானும் ஒரே அளவில் படித்திருந்தோம். சார்த்தர் (Sartre) பற்றியும், சுதந்திரம் பற்றியும் பேசுவோம். இத்தாலிய இயக்குநர் அந்தோனியோனி (Antonioni)யின் அவெந்துரா எனும் படத்தைப் போய்ப் பார்ப்போம். எங்கள் இருவருக்குமே இடதுசாரி கருத்துகள் இருந்தன. இருப்பினும் எங்கள் இருவரின் பூர்வீகம் ஒரே மாதிரியில்லை. அவர் குடும்பம் பெரிய செல்வந்தர் குடும்பமாக இல்லையாயினும், உயர் கல்வி கற்றவர்கள் இருந்தார்கள். எதைப் பற்றியும் அவர்களால் கருத்து சொல்ல முடியும். பிர்ட்ஜ் விளையாடுவார்கள். அவருடைய அம்மாவும் என் அம்மாவும் ஒரே வயது உடையவர்கள். ஆனால், அவருடைய அம்மாவுக்கு உடல் ஒல்லியாக இருக்கும். முகம் மழுமழு வென்றிருக்கும். கைகள் பராமரிக்கப்பட்டிருக்கும். அவளால் பியானோ இசையைப் புரிந்துகொள்ள முடியும். அவளுக்கு விருந்தோம்பல் அத்துப்படி (தொலைக்காட்சியில் பார்க்கும் முத்துப்பதித்த பட்டுச் சட்டையில் நளினமாக வந்துபோகும் ஐம்பது வயதுப் பெண்மணியைப் போல்).

அந்தக் குடும்பத்தைப் பார்க்கும்போது, என் தாய்க்குப் பல்வேறு உணர்ச்சிகள் மேலிட்டன. நற்கல்வி, நேர்த்தி, பண்பாடு ஆகியவற்றினால் வியப்பு, தன் மகள் அந்த வட்டத்துக்குள் இருக்கிறாள் என்ற கர்வம், மேம்போக்கான மரியாதை இருந்த போதும் தன்னை அலட்சியம் செய்வார்களோ என்ற பயம் – இது போன்ற உணர்ச்சிகள் அவளுக்கு வந்துபோயின. என் திருமணத்திற்கு முதல் நாள் அவள் சொன்ன வார்த்தைகள்: "குடும்பத்தை ஒழுங்காகப் பார்த்துக்கொள். அவர்கள் உன்னை ஒருபோதும் விலக்கிவிடக்கூடாது." இதிலிருந்து அவளுக்கிருந்த சமூக அவமதிப்பு உணர்வு (அது எப்போதும் அவளிடம் மறையாது, அதற்கு இன்னும் ஒரு தலைமுறை போக வேண்டும்) தெளிவாகத் தெரிகிறது. சில வருடங்களுக்கு முன் என்னுடைய

மாமியாரைப் பற்றிப் பேசும்போது "அவள் நம்மைப் போல் வளர்ந்தவளில்லை" என்று சொன்னாள்.

தன்னை மதித்து யாரும் அன்பு செலுத்த மாட்டார்கள் என்ற பயம் அவளிடம் இருந்தது. எனக்கும் என் கணவனுக்கும் ஏதாவது கொடுத்தால், ஒரு வேளை தன் மீது மதிப்பு வைப்பார்கள் என்று நினைத்தாள். எங்கள் கடைசி ஆண்டு படிப்பிற்குப் பணவுதவி செய்ய விரும்பினாள். இருந்தும், அது எங்களுக்குப் பிடிக்குமா என்று கவலைப்பட்டுக்கொண்டிருந்தாள். அந்தக் குடும்பத்துக்கு நகைச்சுவை உணர்வு உண்டு. சுயமாகச் சிந்திக்கும் ஆற்றல் உண்டு. ஆனால், அவர்களுக்கு எந்தக் கடமையுணர்வும் இல்லை.

○

நாங்கள் பொர்தோவுக்கும், அன்னெசிக்கும் போனோம். அன்னெசியில் என் கணவருக்கு நிர்வாகத் துறையில் ஒரு வேலை கிடைத்திருந்தது. எனக்கு அங்கிருந்து நாற்பது கி.மீ தூரத்தில், மலைப்பகுதியில், ஒரு மேல்நிலைப் பள்ளியில் வேலை. குழந்தை, சமையல் வேலை ஆகியவற்றால் நானும் நேரமில்லாதவளாக ஆகிவிட்டேன். அம்மாவைப் பற்றி நினைப்பதில்லை. என் திருமணத்துக்கு முன்பு இருந்தது போலவே அவள் எட்டாத தூரத்தில் இருந்தாள். பதினைந்து நாட்களுக்கு ஒருமுறை கடிதம் எழுதுவாள். எல்லாக் கடிதமும் 'என் அருமைச் செல்வங்களா' என்று தொடங்கும். தான் வெகுதூரத்தில் இருப்பதால், எங்களுக்கு உதவ இயலவில்லை என்ற வருத்தத்தைத் தெரிவிப்பாள். அக்கடிதங்களுக்குச் சுருக்கமாகப் பதில் எழுதுவேன். கோடைக் காலத்தில் சில நாட்கள் அவளைச் சென்று சந்திப்பேன். அன்னெசி பற்றியும், எங்கள் குடியிருப்பு பற்றியும், பனிச் சறுக்கு பற்றியும் விவரிப்பேன். என் அப்பாவுடன் சேர்ந்து, அவள் "நீங்கள் நலமாக இருக்கிறீர்கள். அதுதான் முக்கியம்" என்பாள். நாங்கள் இருவரும் தனியாக இருக்கும்போது, நான் என் கணவனைப்பற்றி அந்தரங்கமான விஷயங்கள் பேசுவேன் என்று எதிர்பார்ப்பாள். நான் மௌனம் சாதிப்பது அவளுக்கு ஏமாற்றமாக இருக்கும். "அவன் அவளை சந்தோஷப்படுத்துகிறானா?" என்ற கேள்வி அவள் மனத்தில் எப்போதும் இருந்துகொண்டிருக்கும் போல் இருந்தது.

○

1967ஆம் ஆண்டு என் தந்தை நான்கு நாள் இதய நோயால் துன்பப்பட்டு இறந்துவிட்டார். அந்தத் தருணங்களை நான் இங்கு விவரிக்க முடியாது, ஏனென்றால் அதை வேறொரு புத்தகத்தில் விவரித்துவிட்டேன். இன்னொரு தடவை,

வேறொரு சொற்களால், வேறொரு வாக்கிய அமைப்பால் அதைப் பற்றிக் கூற இயலாது. ஒன்றை மட்டும் சொல்வேன்: அப்பா இறந்தவுடன் அம்மா அவருடைய முகத்தைக் கழுவிவிட்டு, சலவை செய்த சட்டையை - வழக்கமாக அவர் ஞாயிற்றுக்கிழமை போடும் ஒன்றை அணிவித்தாள். குளிப்பாட்டித் தொட்டிலில் போடும் அவரை ஒரு குழந்தையைப் போல் தாலாட்டினாள். அவளுடைய திட்டமிட்ட செய்கைகளைக் கவனிக்கும்போது, தனக்கு முன் அவர் இறந்துவிடுவார் என்று அவளுக்கு எப்போதோ தெரிந்திருந்தது என்ற எண்ணம் வந்தது. முதல் நாள் இரவு அவள் அவர் படுக்கையில் – அவர் அருகில் படுத்துக் கொண்டாள். அவருடைய ஈமச்சடங்குகள் முடியும்வரை, கடையிலிருந்து இடையிடையே மாடிக்கு ஏறி அவரைப் பார்த்து வந்தாள் – கடந்த நான்கு நாட்களாக அவர் நோயில் படுத்திருந்த போது செய்தது போலவே!

அவரை அடக்கம் செய்தபின், கவலையும், சோர்வும் அவளை ஆட்கொண்டுவிட்டன. “தன்னுடைய தோழனை இழப்பது உண்மையில் மிகவும் கொடுமையானது” என்று என்னிடம் மனம் விட்டுச் சொன்னாள். வியாபாரத்தைத் தொடர்ந்து நடத்தினாள். (“கையறுநிலை கூட ஒரு வரப்பிரசாதம்தான்” என்று ஒரு பத்திரிகையில் படித்தேன். என் அம்மா இறந்தபின், எனக்கு நேரமும், வாய்ப்பும் கிடைக்கப் பெற்று இந்தப் புத்தகத்தை எழுதுவதும் ஒரு வரப்பிரசாதம்தான்.)

உறவினர்களை அடிக்கடி போய்ப் பார்த்தாள். கடைக்கு வரும் இளம்பெண்களிடம் நீண்ட நேரம் பேசிக் கொண்டிருப்பாள். இளசுகள் வந்து போய்க்கொண்டிருந்ததால் கடையைச் சற்றுத் தாமதமாகச் சாத்தினாள். நிறைய சாப்பிட்டாள். மீண்டும் பலம் அதிகரித்தது. அதிகமாகப் பேசினாள். இளஞ் சுபாவம் தொற்றிக்கொண்டது. மனைவியை இழந்த இரண்டு ஆண்கள் தன் மீது கண் வைத்திருக்கிறார்கள் என்று என்னிடம் பெருமையாகச் சொன்னாள். 1968 மே மாதம் பாரிசில் புரட்சி வெடித்திருந்த சமயம், அவள் தொலைபேசியில் “இங்கேயும் கலவரம்தான்” “இங்கேயும் கலவரம்தான்” என்று உற்சாகமாகச் சொல்லிக்கொண்டிருந்தாள். பின்னர் கோடைக்காலத்தில், அவள் அரசுக்கு ஆதரவாக மாறிவிட்டாள் (காரணம், பாரிசில், இடதுசாரியினர் ஃபோன்ஷோான் என்னும் பலசரக்குக் கடையை அடித்து நொறுக்கிவிட்டனர் – அவள் கடையைப் போலவே இருந்த அது சற்றுப் பெரிய அளவில் இருந்தது. ஆகையால் அவளுக்கு அளவு கடந்த கோபம்!).

அவள் அக்காலக்கட்டத்தில் எழுதிய கடிதங்களில், தான் எப்போதும் ஏதாவது செய்துகொண்டிருப்பதால், சோர்வு

என்பது தனக்குக் கிடையாது எனக் குறிப்பிடுவாள். ஆனால், அவளுக்கிருந்த ஒரே எதிர்பார்ப்பு என்னோடு இருப்பதுதான். ஒரு நாள் தயங்கித் தயங்கி "உன் வீட்டுக்கு வரட்டுமா? நான், உன் வீட்டைக் கவனித்துக்கொள்வேன்" என்றாள்.

❍

அன்னெசியில், அவளைப் பற்றி நினைக்கும்போது எனக்குக் குற்றஉணர்வு ஏற்படுவதுண்டு. நாங்கள் ஒரு 'மத்தியதர வர்க்கத்தினர் வாழும்' பெரிய வீட்டில் வாழ்ந்து வந்தோம். இரண்டாவது குழந்தையும் பெற்றுவிட்டேன். அவளால் எதையும் 'அனுபவிக்க முடியவில்லை'. அவள் வசதியாக, தன் பேரக்குழந்தைகளோடு வாழ்வதைக் கற்பனைசெய்து பார்த்தேன். அவள் அதனை விரும்புவாள் என்று எனக்குத் தெரியும், ஏனென்றால், எனக்கு அது போன்ற வாழ்க்கை கிட்ட வேண்டுமென்று ஒரு காலத்தில் அவள் விரும்பினாள். 1970ஆம் ஆண்டு, கடையைத் தொடர்ந்து நடத்துவதற்கு யாரும் முன்வர வில்லை, அதனை காலி மனை விலைக்கு விற்றுவிட்டாள். விற்றபின் எங்களோடு வந்துவிட்டாள்.

அது ஜனவரி மாதம். ரம்மியமான காலநிலை. பிற்பகல் நேரத்தில் லாரி ஒன்றில் தன் சாமான் செட்டுகளோடு என் வீட்டுக்கு வந்திறங்கினாள். அப்போது நான் பள்ளியில் பாடம் நடத்திக் கொண்டிருந்தேன். நான் வீட்டுக்குத் திரும்பியபோது, அவள் தோட்டத்தில் தன் ஒரு வயது பேரனைக் கைகளில் அணைத்துக்கொண்டு, லாரியிலிருந்து சாமான்களும், அட்டைப் பெட்டிகளும் இறக்கப்படுவதைக் கண்காணித்துக் கொண்டிருந்தாள். அவள் முடி முழுவதும் வெள்ளையாக இருந்தது. ஆனால், துடிப்போடு இருந்தாள். சிரித்தாள். "சரியான நேரத்தில்தான் வருகிறாய்" என்று தூரத்தில் வரும்போதே உரக்கக் கூவினாள். திடுக்கிட்டு "இனி நான் அவள் கண்காணிப்பில் தான் வாழப்போகிறேன்" என்று உள்ளுக்குள் சொல்லிக் கொண்டேன்.

❍

தொடக்கத்தில், நான் நினைத்த அளவுக்கு அவள் மகிழ்ச்சியாக இல்லை. வணிகமே அவளது வாழ்க்கையாக இருந்து வந்தது. அதற்கு அவள் திடீரென ஒரு முற்றுப்புள்ளி வைக்க வேண்டிய தாயிற்று. கடை நடத்தும்போது கெடு தவறாமல் பணம் கட்ட வேண்டிய கட்டாயம் இருந்தது. நீண்ட நேரம் உழைக்க வேண்டியிருந்தது. அவையெல்லாம் இப்போது இல்லைதான். ஆனால், அதே சமயம், வாடிக்கையாளர்களோடு உரையாடுதல், தனக்கு வேண்டிய பணத்தைத் தானாகவே சம்பாதித்தல் –

இவையெல்லாமும் முடிந்துவிட்டன. இப்போது அவள் ஒரு "பாட்டி". ஊரில் அவளை யாருக்கும் தெரியாது. பேசுவதற்கு நாங்கள் மட்டுமே இருந்தோம். திடீரென உலகம் சுருங்கி விட்டது – சோகமாகிவிட்டது. தான் ஒன்றுமில்லை என்ற எண்ணம் அவளுக்கு வந்துவிட்டது.

பிள்ளைகளோடு சேர்ந்து வாழ்வதென்பது, அவர்கள் வாழ்க்கை முறையை அனுசரித்துப் போவதாகும். அதுபற்றி அவள் பெருமை கொள்வதுண்டு. தன் உறவினர்களிடம் "அவர்கள் நல்ல நிலைமைக்கு வந்துவிட்டார்கள்" என்று சொல்லிக்கொள்வாள். அதே சமயம், சில கட்டுப்பாடுகளையும் மதிக்க வேண்டி இருந்தது. துடைக்கும் துணியைக் கதிர்வீச்சுக் கருவி மீது விட்டு வைக்கக்கூடாது. "இசைத்தட்டுகள், கிரிஸ்டல் கோப்பைகள்" எல்லாவற்றையும் பராமரிக்க வேண்டும். "சளி பிடித்த குழந்தைகளைச் சுத்தமான கைக்குட்டையால் துடைப்பது" போன்ற சில ஆரோக்கியமான நடைமுறைகளைப் பின்பற்ற வேண்டும். நாங்கள் முக்கியமற்றவை என்று நினைப்பவை எல்லாம் அவளுக்கு மிக முக்கியமாகப்பட்டன என்பதைக் கண்டுபிடித்தோம். அன்றாடச் செய்திகள், குற்றங்கள், விபத்துகள், அடுத்த வீட்டுக்காரர்களுடன் நல்லுறவை வளர்த்துக்கொள்ளுதல், மற்றவர்களைத் தொந்தரவு செய்யா திருத்தல் போன்ற விஷயங்களிலெல்லாம் அவள் கவனமாக இருந்தாள். (சில சமயங்களில் அவளைப் பார்த்துச் சிரித்து விடுவோம்.) எங்களோடு வாழ்வது அவளுக்கு ஒரு விசித்திர உலகில் வாழ்வது போலிருந்தது. அது ஒருபுறம் அவளை வரவேற்றது. மற்றொருபுறம் அவளை விலக்கி வைத்தது. ஒரு நாள் அவள் "நான் இங்கிருப்பது சரிப்பட்டு வரவில்லை" என்று சொன்னாள்.

அருகிலிருக்கும் தொலைபேசி ஒலித்தால், அவள் கண்டு கொள்ள மாட்டாள். தன் மருமகன் தொலைக்காட்சியில் கால்பந்து விளையாட்டைப் பார்த்துக்கொண்டிருக்கும்போது, அவள் ஹாலுக்குப் போவதற்கு அறைக்கதவை பலமாகத் தட்டுவாள். அவளுக்கு ஏதாவது வேலை கொடுத்துக்கொண்டே இருக்க வேண்டும். "எனக்கு ஏதாவது வேலை கொடுக்கவில்லை யென்றால், நான் வெளியேறிவிடுவதைத் தவிர வேறு வழியில்லை" என்பாள். பின்னர் கொஞ்சம் சிரித்துக்கொண்டே, "நான் இங்கிருப்பதற்குக் கைமாறாக ஏதாவது செய்ய வேண்டு மல்லவா?" என்பாள். எங்கள் இருவருக்குமிடையே அடிக்கடி வாக்குவாதம் வரும். அவள் தன்னை வேண்டுமென்றே தாழ்த்திக் கொள்கிறாள் என்பதைச் சுட்டிக் காட்டுவேன். வெகு காலம் கழித்து ஒன்றை உணர்ந்தேன். என் இளவயதில் எங்களைவிட

அன்னி எர்னோ

ஒரு படி மேல் இருப்பவர்களிடம் என்னை அறிமுகப்படுத்தினால் எனக்கு ஏற்பட்ட சங்கடம்தான் இப்போது அவள் என் வீட்டில் இருக்கும்போது அவளுக்கும் ஏற்பட்டது. ("கீழிருப்பவர்கள்" அந்தச் சங்கடத்தை அனுபவிக்க வேண்டும். மற்றவர்கள் அதனைப் பொருட்படுத்த மாட்டார்கள்). தன்னை ஒரு வேலைக்காரி என நினைத்துக்கொள்ளும்போது, 'லெ மொந்த்' *(Le Monde)* பத்திரிகை வாசிப்பவர்களிடமும், பாக் *(Bach)* இசை கேட்பவர்களிடமும் காணப்படும் கலாச்சார மேலாதிக்கத்தைக் கற்பனையால் ஒரு பொருளாதார மேலாதிக்கமாக மாற்றிக்கொண்டாள், அதாவது ஒரு முதலாளிக்கும் தொழிலாளிக்கும் இடையே இருக்கும் தொடர்பாக மாற்றிக் கலவர மனப்பான்மையை வளர்த்துக்கொண்டாள்.

❍

ஆனால், பேரப்பிள்ளைகளை வளர்க்கும் பொறுப்பையும், வீட்டை நிர்வகிக்கும் பொறுப்பில் ஒரு பகுதியையும் ஏற்றுக் கொண்டு நாளடைவில் அவள் சூழ்நிலைக்கேற்ப மாறிக் கொண்டாள். அன்றாட வீட்டு வேலைகளிலிருந்து என்னை விடுவிக்க முயன்றாள். நான் சமையலில் ஈடுபடுவது, கடைக்குப் போய்வருவது, சலவை இயந்திரத்தை இயக்குவது (அதனை இயக்குவதில் அவளுக்குப் பயம்) – இவையெல்லாம் அவளுக்குச் சங்கடமாக இருந்தது. ஏனென்றால், அதுபோன்ற வேலையில் தான் அவளால் உதவ முடியும். முன்புபோல் அவள் மற்றவர் உதவியை மறுக்கும் தாயாக இருந்தாள். "உனக்கு இதைவிட முக்கியமான வேலை இருக்கிறது", ஆகவே என்னிடம் அந்த வேலையை விடு, என்பாள். (முன்னொரு காலத்தில் நான் பத்து வயது பெண்ணாக இருந்தபோது, நான் பாடம் படிக்க வேண்டும் என்று நினைத்தாள். இக்காலகட்டத்தில் நான் சொல்லித் தர வேண்டிய பாடங்களைப் படித்து ஓர் அறிவு ஜீவியாக நடந்து கொள்ள வேண்டும் என நினைத்தாள்).

மீண்டும் நாங்கள் அன்னியோன்னியமாகப் பேசிக் கொள்ள ஆரம்பித்தோம். தொடர்ந்து வந்த சங்கடங்களையும், பிரச்சினைகளையும் பகிர்ந்துகொண்டோம். நாங்கள் பேசிக் கொள்வது சண்டை போடுவதுபோலத் தெரிந்தாலும், அது எந்த மொழியாக இருந்தாலும் ஒரு தாய்க்கும் மகளுக்கும் ஏற்படும் இயல்பான ஒன்றுதான் என்று என்னால் உறுதிபடுத்த முடியும்.

அவளுக்குத் தன் பேரக்குழந்தைகளை மிகவும் பிடித்துப் போய்விட்டது. அவர்களுக்காகத் தன்னை முழுவதுமாக அர்ப்பணித்துக்கொண்டாள். பிற்பகலில் கடைக்குட்டிக் குழந்தையைத் தள்ளு வண்டியில் வைத்துத் தள்ளிக்கொண்டு

ஊரைச் சுற்றிவர புறப்பட்டுவிடுவாள். தேவாலயங்களில் நுழைவாள். சந்தைத் திருவிழாக்களை மணிக்கணக்கில் சுற்றி வருவாள். ஊரின் பழைய பகுதிகளுக்குச் சென்று வருவாள். இரவில்தான் வீடு வந்து சேர்வாள். கோடையின்போது, இரண்டு குழந்தைகளோடும் 'அன்னெசி லெவியூ' என்னும் குன்றின் மீது ஏறுவாள். ஏரி வரை அவர்களை அழைத்துச் செல்வாள். அவர்களுக்கு வேண்டும் மட்டும் மிட்டாய், ஐஸ் முதலியவற்றை வாங்கிக் கொடுப்பாள். அவர்களை ராட்டினத்தில் ஏறச் செய்வாள். உட்கார்ந்திருக்கும்போது, அங்கு வருவோர்களிடம் பழக்கத்தை ஏற்படுத்திக்கொண்டு, மீண்டும் அவர்களைச் சந்திப்பாள். தெருவில் இருந்த ரொட்டிக் கடை பெண்மணியிடம் பேச்சு கொடுப்பாள். இப்படியாக அவள் தனக்கென்று ஓர் உலகை சிருஷ்டித்துக்கொண்டாள்.

லெ மோந்த், (Le Monde) லெ நுவேல் ஒப்செர்வாத்தேர் (Le Nouvel Observateur) போன்ற பத்திரிகைகளையெல்லாம் படிப்பாள். தோழி ஒருத்தியுடன் 'டீ அருந்தச் செல்வாள்' ("எனக்கு அது பிடிக்காது. இருந்தாலும் நான் ஒன்றும் சொல்வதில்லை!"). பழைய பொருட்களின் மீது அவளுக்கு விருப்பம் ஏற்பட்டது. சொல்லத் தகாத வார்த்தைகளெதுவும் அவள் வாயிலிருந்து வருவதில்லை. எல்லாவற்றையும் "பொறுமையாக"க் கையாள முயன்றாள். அவள் தனக்குள் ஒரு "கட்டுப்பாடு" ஏற்படுத்திக் கொண்டாள். உணர்ச்சிவசப்படும் தன்மையை அவள் தானாகவே அடக்கிக்கொண்டாள். நடுத்தர வர்க்கத்தினரிடம் இளமைப் பருவத்திலிருந்து நிலைபெற்றிருந்த பழக்க வழக்கத்தைத் தாமதமாகவேனும் கற்றுக்கொண்டு, வீட்டை ஒழுங்காக வைத்துக்கொள்வதில் பெருமை கொள்வாள்.

இப்போதெல்லாம் அவள் கறுப்பு உடையை அணிவதில்லை. பளிச்சென்று மற்ற வண்ணத்தில் உடை அணிய ஆரம்பித்து விட்டாள்.

1971ஆம் ஆண்டு எடுத்த புகைப்படத்தில், தலைமுடி முற்றிலுமாக வெளுத்துப் போய் இருந்தாலும், விசித்திரமாகப் பூப்பின்னல் போட்ட ரோடியர் ரவிக்கையில் ஒல்லியாக மின்னினாள். கைகளை அவளுக்கு முன் நின்றுகொண்டிருந்த அவள் பேரப்பிள்ளைகளின் தோள்களில் வைத்திருந்தாள் – மணப் பெண்ணாக இருந்தபோது மடக்கி வைத்திருந்த அதே அகலமான கைகள்தான்!

○

70களின் மத்தியில் அவள் எங்களோடு பாரிஸ் புறநகருக்கு வந்தாள். என் கணவருக்கு அங்கு ஓர் உயர்பதவி கிடைத்திருந்தது.

புதிதாக உருவாகிக்கொண்டிருந்த குடியிருப்புப் பகுதி ஒன்றில் தனி வீட்டில் குடியேறினோம். பள்ளிகளும், கடைகளும் இரண்டு கி.மீ தொலைவில் இருந்தன. அங்கு வசிப்பவர்களை மாலையில் தான் பார்க்க முடியும். வார இறுதியில் தங்களுடைய கார்களை அவர்கள் கழுவிக்கொண்டிருப்பார்கள். கார் நிறுத்தங்களில் பல அடுக்குகள் இருந்தன. அது விவரிக்க முடியாத இடமாக இருந்தது. சிந்தனைக்கோ, உணர்வுகளுக்கோ அங்கு இடமில்லை

அவளால் அங்கு வாழப் பழகிக்கொள்ள முடியவில்லை. பிற்பகலில் 'ரோஸ் தெரு' போன்ற ஆள் நடமாட்டம் இல்லாத தெருக்களில் உலவிவிட்டு வருவாள். அன்னெசி தோழிகளுக்கும், குடும்ப உறுப்பினர்களுக்கும் ஏராளமான கடிதங்கள் எழுதுவாள். சில சமயங்களில் தேசிய நெடுஞ்சாலைக்கு மறுபுறத்திலிருக்கும் 'லெக்கிளேர்' மையம் வரையிலும் போய் வருவாள். அங்கு போவதற்குக் குண்டும் குழியுமான சாலைகளைக் கடக்க வேண்டும். சாலையில் போகும் கார்களெல்லாம் சேற்றை வாரி வீசும். அவள் வீடு திரும்பும்போது அவள் முகம் கடுகடுவென்று இருக்கும். புதிய கால் மேற்சோடுகள் வாங்குவது, சிகை அலங்காரம் செய்துகொள்வது –இது போன்ற சின்னச் சின்ன வேலைக்கெல்லம் என்னை எதிர்பார்த்து நிற்பது அவளுக்குப் பிடிக்கவில்லை. "எப்போதும் படித்துக்கொண்டே இருக்க முடியாது" என்று கோபத்தோடு கத்துவாள். பாத்திரம் சுத்தம் செய்யும் இயந்திரம் ஒன்று வாங்கியதால் அவளுடைய ஒரு வேலை மிச்சமாகியது. ஆனால், அது அவளுக்கு அவமானமாகத் தோன்றியது. "நான் இப்போது என்ன செய்யப்போகிறேன்" என்று கேள்வி எழுப்புவாள். சுற்று வட்டாரத்தில், அவள் பேசிக்கொண்டிருந்த ஒரே பெண்மணி அரசு வேலையிலிருந்த மேற்கிந்திய பெண்மணி.

ஆறு மாதம் கழிந்ததும், அவள் சொந்த ஊர் 'ஈவ்த்தோ'வுக்கு மீண்டும் போய்விடத் தீர்மானித்துவிட்டாள். அங்கு நகரத்திற்கருகில், வயதானவர்கள் வசிக்ககூடிய ஒரு குடியிருப்பின் கீழ்த்தளத்தில், அவளுக்கு ஒரு சிறு வீடு கிடைத்தது. மீண்டும் சுதந்திரமாக இருப்பதிலும், உயிரோடு இருக்கும் தன் ஒரே சகோதரியைச் சென்று பார்ப்பதிலும், தன்னுடைய பழைய வாடிக்கையாளர்களின் விசேஷங்கள், மதச் சடங்குகள் ஆகியவற்றில் கலந்துகொள்வதிலும் மகிழ்ச்சி யடைந்தாள். நகரமன்ற நூலகத்திலிருந்து புத்தகங்கள் வாங்கிப் படிப்பாள். அக்டோபர் மாதம் தேவாலயக் குழுவுடன் சேர்ந்து லூர்த் மாதா கோவிலுக்கு யாத்திரை போவாள். ஆனாலும், வேலையொன்றும் இல்லாத வாழ்க்கை திகட்டிவிடும். அக்கம்பக்கத்தில் வயது முதிர்ந்தவர்கள் அதிகம் இருப்பதால்

ஒருவித அசௌகரியம் ஏற்படும். ('முதியோர் கிளப்' ஏற்பாடு செய்யும் நிகழ்ச்சிகளில் கலந்துகொள்ள வலுக்கட்டாயமாக மறுத்துவிடுவாள்.) தன் மகளும் மருமகனும் உயர்ந்த அந்தஸ்தில் இருப்பதைத் தான் ஐம்பது வருடம் வாழ்ந்த அந்த ஊரின் முக்கியஸ்தர்கள் பார்க்க முடியாமல் போனது அவளுக்கு வருத்தமளித்திருக்கும் என்று நினைக்கிறேன்.

❍

அவள் வாழ்ந்த ஈவ்த்தோ குடியிருப்புதான் அவளுக்குச் சொந்தமான கடைசி வீடு. ஓர் இருண்ட அறை, தோட்டத்தின் பக்கத்தில் ஒரு சமையல்கட்டு, ஒரு குறுகிய இடத்தில் கட்டில் மேசை, ஒரு குளியலறை, காப்பாளரோடு தொடர்புகொள்ள ஒரு இண்டெர்காம் – இவைதான் அதிலிருந்தன. அங்கு விருப்பப்படி உடலை நீட்டவோ அசைக்கவோ முடியாது. அது தேவையு மில்லை. அங்கு உட்கார்ந்திருப்பதும், தொலைக்காட்சி பார்ப்பதும், சாப்பாட்டுக்குக் காத்திருப்பதும்தான் வேலை. நான் அவளைப் பார்க்கப் போகும்போதெல்லாம், "இது பற்றி நான் குறை கூறுவது முட்டாள்தனமாக இருக்கும்" என்பாள். என்னைப் பொறுத்த வரையில், அது போன்ற இடத்தில் வசிப்பதற்கு அவளுக்கு இன்னும் வயதாகவில்லை.

நாங்களிருவரும் ஒருவர் முன் ஒருவராய் அமர்ந்து சாப்பிடுவோம். தொடக்கத்தில் எங்களுக்குள் பேசிக்கொள்ள ஏராளமான விஷயங்கள் இருந்தன. உடல் நலம், பையன்களின் படிப்பு, புதிதாக முளைத்திருக்கும் கடைகள், விடுமுறை நாட்கள் – இப்படி எவ்வளவோ இருந்தன. ஒருவர் பேசும்போது இன்னொருவர் குறுக்கிட்டுப் பேசுவோம். திடீரென சிறிது நேரம் மௌனம் காப்போம். அவள் வழக்கப்படி, "என்ன சொல்ல வந்தேன்" என்று உரையாடலை மீண்டும் தொடங்குவாள். "நான் பிறந்ததிலிருந்து, இந்தக் குடியிருப்பில்தான், நானில்லாமல், அம்மா மட்டும் குடியிருக்கிறாள்" என்ற எண்ணம் ஒருநாள் வந்தது. அன்று நான் அவளிடம் விடை பெற்றுச் செல்லும்போது அரசாங்கத்திடமிருந்து வந்த ஓர் ஆவணத்தைக் காட்டி விளக்கம் கேட்டாள். அழகுக் குறிப்பு, வீடு பராமரிப்பு பற்றிய குறிப்பு ஆகியவற்றையெல்லாம் எனக்காகப் பத்திரப்படுத்தி வைத்திருந்தாள்.

அவளைப் போய்ப் பார்ப்பதற்குப் பதில், அவள் எங்கள் வீட்டுக்கு வந்து தங்க வேண்டுமென்று நான் விரும்பினேன். அவள் வீட்டுக்குச் சென்று மூன்று மணி நேரம் தங்குவதைவிட, அவள் எங்கள் வீட்டுக்கு வந்து பதினைந்து நாள் தங்குவதே

நன்றாக இருக்கும் என்று எனக்குத் தோன்றியது. கூப்பிட்டவுடன் ஓடோடி வந்துவிட்டாள். புதிதாகத் தோன்றிய நகரத்தை ஒட்டி யிருந்த கிராமம் ஒன்றில் கொஞ்ச நாளைக்கு முன்னால்தான் குடியேறி இருந்தோம். அந்த இடம் அவளுக்குப் பிடித்திருந்தது. அவள் ரயில் நிலையத்தில் வந்து நிற்பாள். பெரும்பாலும் சிவப்பு உடைதான் அணிந்திருப்பாள். அவள் எடுத்து வந்த பெட்டியை அவளேதான் தூக்கிக்கொண்டு நடப்பாள். என்னிடம் கொடுக்க மாட்டாள். வீட்டுக்கு வந்த உடனேயே அவள் புல் தரையைச் சமன்படுத்த கிளம்பிவிடுவாள். நியேவ்(*Nièvre*)ரில் கோடையின் போது ஒரு மாதம் தங்கி இருந்தாள். ஒற்றையடிப் பாதைகளில் அவளாகவே தனியாகப் போய் பிளேக் பெரி பழங்களைக் கிலோ கணக்கில் பறித்துக்கொண்டு வருவாள். அவள் கால்களிலெல்லாம் முள் குத்திய காயம் இருக்கும். சிறு வயதுப் பையன்களோடு மீன் பிடிக்கப் போவதென்றாலும், 'துரோன்' சந்தைக்குப் போவதென்றாலும், இரவில் வெகு நேரம் விழித்திருக்க வேண்டுமானாலும் அவள் தயாராக இருப்பாள். ஒரு போதும் அவள் "எனக்கு வயதாகிவிட்டது" என்று சொன்னதில்லை.

❍

டிசம்பர் 79ஆம் ஆண்டில் ஒருநாள் மாலை தேசிய நெடுஞ்சாலை 15இல் வேகத் தடையைக் கண்டுகொள்ளாமல் வந்த 'சீஎக்ஸ்' கார் ஒன்று அவள் நடைப்பகுதியில் போய்க் கொண்டிருக்கும்போது ஒரு விபத்தில் அவளை சிக்கவைத்து விட்டது. (உள்ளூர் பத்திரிகைக் குறிப்பிலிருந்து கிடைத்த தகவல்: கார் ஓட்டுநருக்குக் கெட்ட காலம். அதிக மழை பெய்திருந்தது. எதிர் திசையிலிருந்து வரும் வாகனங்களின் விளக்குகளால் கண்கள் கூசின – மற்ற காரணங்களோடு இந்த இரண்டு காரணங்களும் சேர்ந்துகொண்டன.) கால் முறிந்து விட்டது. மண்டையிலும் அதிர்ச்சி நிலை ஏற்பட்டுவிட்டது. ஒரு வாரம் முழுவதும் உணர்வின்றி இருந்தாள். அவளுடைய சரீரம் வலுவாக இருந்ததால் விரைவிலேயே மீண்டுவிடுவாள் என்று அறுவை சிகிச்சை மருத்துவர் கூறினார். ஆனால், கோமாவில் அவள் பதற்றமாகத்தான் காணப்பட்டாள். சொட்டு மருந்து செலுத்தும் குழாய்களைப் பிடுங்கி எறிந்துகொண்டிருந்தாள். கட்டுப்போட்டிருந்த காலை தூக்கித் தூக்கிப் பார்த்துக் கொண்டிருந்தாள். இருபது ஆண்டுகளுக்கு முன் இறந்துபோன தன் தங்கையை நோக்கி ஒரு கார் வந்துகொண்டிருப்பதாகவும், அவள் கவனமாக இருக்க வேண்டும் என்றும் எச்சரித்தாள். அவளுடைய தோள்களையும் முதல் தடவையாக அவளுடைய உடல் வலியில் துடிப்பதையும் பார்த்தேன். சண்டைக் காலத்தில் ஒரு நாள் இரவு என்னைப் பிறசவித்த பெண்ணைப் பார்ப்பது

போல் இருந்தது. அவள் இறந்துவிடக்கூடும் என்ற அதிர்ச்சியில் இருந்தேன்.

அவள் குணமடைந்துவிட்டாள். முன்னைப் போலவே நடந்தாள். 'சிஎக்ஸ்' கார் ஓட்டுநர் மீது வழக்கு தொடுத்தாள். கூச்சப்படாமல் அனைத்து மருத்துவச் சோதனைகளிலும் தன்னை ஈடுபடுத்திக்கொண்டாள். இவ்வளவு சுலபமாக நலமடைந்ததால், அதிர்ஷ்டம் அவள் பக்கம் இருந்ததாகச் சொன்னார்கள். அதுபற்றி அவள் பெருமைப்பட்டுக் கொண்டாள். தன் மீது ஏறிய கார் ஓர் இடையூறு போலவும், எப்போதும்போல் அந்த இடையூறை முறியடித்துவிட்டது போலவும் நினைத்துக்கொண்டாள்.

அவளிடம் ஒரு மாற்றம் தென்பட்டது. உணவு நேரத்தை மேலும் மேலும் முன்னதாக மாற்றினாள். நண்பகல் உணவைக் காலை பதினோரு மணிக்கும், இரவு உணவை மாலை ஆறரை மணிக்கும் தயார் செய்துவிடுவாள். *பிரான்ஸ் – ஞாயிறு* எனும் பத்திரிகையும், சித்திரக் கதை நாவல்களும் மட்டுமே படித்தாள். பழைய வாடிக்கையாளப் பெண் ஒருத்தி அவற்றைப் பரிந்துரைத்திருந்தாள். (ஆனால், நான் வீடு திரும்பும்போது அவற்றைச் சமையலறை அலமாரிக்குப் பின்னால் ஒளித்து வைப்பாள்.) காலையிலேயே தொலைக்காட்சிப் பெட்டியை இயங்க வைப்பாள். அப்போது எந்த ஒளிபரப்பும் இருக்காது. இசையும், சோதனை ஓட்டமும் மட்டுமே இருக்கும். பிறகு நாள் முழுவதும் தொலைக்காட்சி நிகழ்ச்சிகள் நடந்துகொண்டே இருக்கும். அவள் அவற்றை முழுவதுமாகப் பார்க்கமாட்டாள். இரவில் தொலைக்காட்சிப் பெட்டியின் எதிரிலேயே தூங்கி விடுவாள். ஒன்றுமில்லாததற்கெல்லாம் கோபப்படுவாள். இஸ்திரி போடமுடியாத மேலங்கி, பத்து செண்ட் விலை அதிகமாகிவிட்ட ரொட்டி – இது போன்ற சிறுசிறு விஷயங் களுக்கெல்லாம் "இதெல்லாம் எனக்குப் பிடிக்கவில்லை" என்று அடிக்கடி சொல்லிக்கொண்டிருப்பாள். அவளுக்கு அச்சத்தில் ஆடிப்போகின்ற குணம் வந்துவிட்டது. ஓய்வு ஊதியம் சம்பந்தமாக ஒரு சுற்றறிக்கை வந்தால் பயந்துவிடுவாள். அவளுக்குப் பரிசு கிடைத்திருக்கிறது என்று ஒரு கடிதம் வந்தால் பயந்துவிடுவாள். "நான் ஒன்றும் கேட்கவில்லையே" என்று சொல்லுவாள். அன்னெசியின் பழைய பகுதிகளில் குழந்தை களை அழைத்துக்கொண்டு சென்றது பற்றிச் சொல்லும்போதும், ஏரியில் அன்னங்களைப் பார்த்ததைச் சொல்லும்போதும் அவள் கண்களில் கண்ணீர் வரும். அவள் எப்போதாவது, அதுவும் சுருக்கமாக எழுதிய கடிதங்களில் இடையிடையே சொற்கள்

விடுபட்டிருந்தன. அவள் வசித்த இடத்தில் ஒருவித துர்நாற்றம் அடிக்கத் தொடங்கியது.

அவளுக்குச் சில எரிச்சலூட்டும் சம்பவங்கள் நிகழ்ந்தன. புகைவண்டி நிலையத்தில் அவள் காத்திருந்த ரயில் ஏற்கெனவே கிளம்பிப் போய்விட்டிருக்கும். அவள் பொருட்கள் வாங்கப் போகும்போது கடைகளெல்லாம் மூடி இருக்கும். அடிக்கடி அவள் சாவிகள் காணாமல் போய்விடும். 'லா ரெதூத்' பேரங்காடியில் இருந்து அவள் கேட்டிராத பொருள்கள் வந்து சேரும். ஈவ்த்தோ உறவினர்கள் மீது அவளுக்குக் கோபம் வரும். அவர்களுக்குத் தன்னுடைய பணத்தின் மீது ஒரு குறி இருப்பதாக நினைத்தாள். ஒருநாள் நான் அவளைத் தொலைபேசியில் அழைத்தபோது, "எனக்குப் போதும் போதும் என்றாகிவிடுகிறது" என்றாள். ஏதோ இனம்புரியாத மிரட்டல்களால் அவள் பயந்து விடுவதுபோல் இருந்தது.

ஜூலை 83. வெயில் சுட்டெரித்தது – நார்மண்டியில்கூட! அவள் திரவ உணவு எதுவும் சாப்பிடாமல் இருந்தாள். அவளுக்குப் பசியும் இல்லை. மருந்துகளே அவளுக்கு உணவாக இருந்தது என்றாள். ஒருநாள் அவள் வெளியில் செல்லும்போது மயக்கம் போட்டு விழுந்தாள். அவளைக் காப்பகத்தில் இருந்த மருத்துவ மனையில் சேர்த்தார்கள். சிலநாட்கள் கழித்து, உணவு எடுத்துக் கொண்டதாலும், நீர்பற்றாக்குறை தீர்ந்ததாலும், அவள் நலமடைந்தாள். வீட்டுக்குத் திரும்பிப் போக வேண்டும் என்றாள். இல்லையேல், தான் ஜன்னல் வழியே குதித்துவிடப் போவதாகச் சொன்னாள். மருத்துவரின் ஆலோசனைப்படி, அவள் இனிமேல் தனிமையில் இருக்கக்கூடாது. அவர் அவளை ஓர் ஓய்வு இல்லத்தில் சேர்க்கும்படி பரிந்துரைத்தார். நான் அந்தப் பரிந்துரையை ஏற்கவில்லை.

செப்டம்பர் மாதம் தொடக்கத்தில் அவளைக் காப்பகத்தில் இருந்து மீட்டுவர காரில் சென்றேன். அப்போது நான் என் கணவரிடம் இருந்து பிரிந்து வாழ்ந்தேன். என் இரு மகன்களும் என்னுடன் இருந்தனர். வீடுவந்து சேரும்வரை, 'இப்போது நான்தான் அவளைப் பார்த்துக்கொள்ளப்போகிறேன்' என்று எனக்குள் சொல்லிக்கொண்டிருந்தேன். (பெரியவளானதும், அவளோடு நான் பயணம் போகலாம்–லூவ்ர் அருங்காட்சியகத் துக்குப் போகலாம் என்றெல்லாம் கற்பனை செய்ததுண்டு.) முன் சீட்டில் அமைதியாக அமர்ந்திருந்தாள். எப்போதும் போல் நாங்கள் பிள்ளைகளைப் பற்றியும், அவர்கள் படிப்பைப் பற்றியும், என் வேலையைப் பற்றியும் பேசிக்கொண்டு வந்தோம். அவள் தன் அறைத் தோழிகளைப் பற்றிச் சொன்னாள். அவர்களில்

ஒருத்தியைப் பற்றி "மோசமானவள், அவளுக்கு இரண்டு அறைகள் கொடுத்திருப்பேன்" என்று சொன்னது வேடிக்கையாக இருந்தது. அதுவே என் அம்மா மகிழ்ச்சியாக இருந்த கடைசிக் காட்சியாகும்.

○

அவளுடைய கதை இத்துடன் நிறைவு பெறுகிறது. ஏனென்றால், சமூகத்தில் அவளுக்கு இருந்த இடம் பறிபோய்விட்டது. அவளுக்கு மனநிலை சரியில்லை. அதை 'அல்சைமர்' என்று மருத்துவர்கள் கூறினார்கள். வயதான காலத்தில் வரும் ஒரு மனநோய் அது. சில நாட்களாகவே நான் எழுதுவது கடினமாக இருந்து வந்தது. ஒருவேளை நான் அந்தக் காலகட்டத்திற்கு வர விரும்பவில்லை போலும். இருந்தாலும், மனநோய் பிடித்த அவளையும், ஒரு காலத்தில் வலுவாகவும், தெளிவாகவும் இருந்த அவளையும் என்னுடைய எழுத்துக்களினால் ஒன்று சேர்க்க முடியவில்லை என்றால் என்னால் வாழ முடியாது.

○

வீட்டிலுள்ள அறைகளை அவளால் வேறுபடுத்திப் பார்க்க முடியவில்லை. என்னிடம் அவள் 'என் அறைக்கு எப்படிப் போவது?' என்று கோபத்துடன் கேட்பாள். பொருட்களைக் கண்ட கண்ட இடத்தில் வைத்துவிடுவாள். 'என்னால் அவற்றைத் தேடி எடுக்க முடியவில்லை' என்று அடிக்கடிச் சொல்லுவாள். அப்படித் தேடி எடுக்கும்போது அவள் அவற்றை எப்படி அங்குக் கொண்டு போய் வைத்தாள் என்பதை அவளாலேயே நம்ப முடியவில்லை. தையல் தைப்பதற்கும், இஸ்திரி போடுவதற்கும், காய்கறிகளை நறுக்குவதற்கும் விரும்பினாள். ஆனால், ஒவ்வொரு வேலையும் அவளைப் பதற்றம் அடையச் செய்தது. அவள் தொடர்ந்து பதற்ற நிலையிலேயே இருந்தாள். தொலைக்காட்சி பார்ப்பாள். உணவு எடுத்துக்கொள்வாள். தோட்டத்திற்குச் செல்வாள். ஆனால், எதுவும் அவளுக்குத் திருப்தி அளிக்கவில்லை.

பிற்பகலில் ஹாலில் உள்ள மேசையின் முன், முகவரிகள் அடங்கிய குறிப்புப் புத்தகத்தையும், கடிதம் எழுதக் காகிதத்தையும் வைத்துக்கொண்டு உட்கார்ந்துவிடுவாள். ஒருமணி நேரம் கழிந்ததும் தொடர்ந்து எழுத முடியாமல் எழுதிய கடிதங்களைக் கிழித்துப் போட்டுவிடுவாள். நவம்பர் மாதம் அவள் எழுதிய கடிதம் ஒன்றில் "அன்புள்ள போலேத்! நான் இன்னும் இருளில் இருந்து வெளிவரவில்லை" என்று எழுதி இருந்தாள்.

பிறகு பொருட்களின் ஒழுங்கையும், இயக்கத்தையும் மறந்து விட்டாள். மேசைமீது எவ்வாறு தட்டுகளையும், கண்ணாடிக் கோப்பைகளையும் அடுக்கி வைப்பது என்று தெரியவில்லை.

அறையில் விளக்கை அணைப்பதற்குத் தெரியவில்லை (ஒரு நாற்காலி மீது ஏறி ஒரு பல்பைக் கழட்ட முயற்சிப்பாள்). பழைய பாவாடைகளை அணிந்துகொள்வாள். கிழிந்து தைத்து வைத்த மேற்சோடுகளை அணிவாள். "நீ பெரும் பணக்காரி எல்லா வற்றையும் தூக்கி எறிந்துவிடுகிறாய்". அவளிடம் கோபம், சந்தேகம் ஆகிய இரண்டு உணர்ச்சிகள் மட்டுமே இருந்தன. மற்றவர்கள் பேச்சிலெல்லாம் ஏதோ ஒரு மிரட்டல் இருப்பதாக நினைத்தாள். அவசரத் தேவைகள் அவளைத் தொடர்ந்து துன்புறுத்தின. அவளுக்குத் தலைமுடியைச் சரிசெய்ய கிளிப்புகள் வேண்டும். என்றைக்கு மருத்துவர் வருவார் என்பது தெரிய வேண்டும். அவளுடைய சேமிப்புக் கணக்கில் எவ்வளவு பணம் இருக்கிறது என்று தெரியவேண்டும். தான் நோயாளி அல்ல என்று காண்பிப்பதற்குச் சில சமயங்களில் விளையாட்டுத் தனமாகச் சிரிப்பாள்.

படிப்பதைப் புரிந்துகொள்ளுவது நின்றுவிட்டது. ஏதாவது ஒன்றைத் தேடிக்கொண்டு ஒவ்வொரு அறையாகப் போய் வருவாள். அலமாரியில் இருந்தவற்றையெல்லாம் கட்டிலின் மீது எடுத்துப் பரப்பி வைப்பாள். அவளுடைய ஆடைகள், அவளுக்கு வந்த பரிசுப் பொருட்கள் ஆகியவையெல்லாம் சிதறிக் கிடக்கும். பின்னர் அவற்றையெல்லாம் எடுத்து அலமாரியில் வெவ்வேறு தட்டுகளில் அடுக்குவாள்.

மறுநாள் அவற்றை மீண்டும் அதுபோலவே எடுத்து அடுக்குவாள். அவை ஒழுங்காக இல்லை என்று நினைப்பாள் போலும்.

ஜனவரி மாதம் ஒரு சனிக்கிழமை பிற்பகலில் தன்னுடைய உடைகளில் பாதியை ஒரு பிளாஸ்டிக் பையில் திணித்து நூலால் தைத்தாள். இதுபோன்ற வேலையில்லை என்றால் ஹாலில் ஒரு நாற்காலியில் கைகளைக் கட்டிக்கொண்டு உட்கார்ந்து வெளியில் பார்த்துக்கொண்டிருப்பாள். எதுவும் அவளுக்கு மகிழ்ச்சியூட்டியதில்லை.

அவள் பெயர்களை எல்லாம் மறந்துவிட்டாள். என்னை 'மேடம்' என்று மரியாதையோடு அழைப்பாள். பேரப்பிள்ளை களின் முகத்தைப் பார்த்து அவளால் அடையாளம் கண்டு கொள்ள முடியவில்லை. சாப்பிடும்போது அவர்களுக்குச் சம்பளம் ஒழுங்காகக் கிடைக்கிறதா என்று கேட்பாள் – ஒரு காலத்தில் அவள் பண்ணை வீட்டில் வேலை செய்தது அவளுடைய நினைவுக்கு வந்திருக்கக்கூடும்! அதே சமயம் சில விஷயங்கள் அவளுக்குப் புலப்பட்டுவிடும். அவள் ஆடைகளில் அசுத்தம் செய்துவிட்டால், அவற்றைத் தலையணைக்குள் மறைத்து

வைப்பாள். ஒருநாள் அப்படிச் செய்யும்போது "தன்னால் அடக்க முடியவில்லை" என்று பரிதாபமாகச் சொன்னாள். அவள் உலகத்தோடு உள்ள பிடிப்பை விட்டுவிட விரும்பவில்லை. கைக்குட்டைகளையும் கழுத்துத் துண்டுகளையும் ஒன்றாக வைத்துத் தாறுமாறாகத் தைப்பாள். அவளிடம் அவள் கைப்பை எப்போதும் இருக்கும். அதைக் காணாவிட்டால், அவளுக்குப் பைத்தியம் பிடித்தது போல் ஆகிவிடும். அவள் கண்களில் கண்ணீர் வரும்.

அந்தக் காலகட்டத்தில், என்னால் இரண்டு கார் விபத்துக்கள் நிகழ்ந்துவிட்டன – சின்ன விபத்துக்கள்தான்! என்னால் உணவை விழுங்க முடியவில்லை. வயிற்று வலி. ஒன்றும் இல்லாததற்கெல்லாம் நான் கத்தினேன். அழுகை வரும். சமயங்களில், என் பிள்ளைகளோடு சேர்ந்துகொண்டு, அவளுடைய மறதிகள் எல்லாம் பொய்யான மறதிகள் என்று சொல்லிச் சிரிப்பேன். அவளைத் தெரியாதவர்கள் முன்னிலையில், அவளைப் பற்றிப் பேசுவேன். அவர்கள் என்னை மௌனமாகப் பார்ப்பார்கள். ஒருநாள் கிராமத்திற்குப் போகும் சாலையில் மணிக்கணக்காக காரை ஓட்டிக்கொண்டு சென்றேன். இன்னொருநாள், எனக்குப் பிடிக்காத ஒருவனோடு தொடர்பு ஏற்படுத்திக்கொண்டேன். அவள் மீண்டும் ஒரு சிறு பெண்ணாக மாறுவதை நான் விரும்பவில்லை. அவளுக்கு அந்த உரிமை கிடையாது.

அவள் பேச ஆரம்பித்தாள், ஆனால் யாரிடம் பேசுகிறாள் என்று அவளுக்கு மட்டுமே தெரியும். முதல் தடவையாக இது நிகழ்ந்த போது நான் தேர்வுத் தாள்களைத் திருத்திக்கொண்டிருந்தேன். என் காதுகளைப் பொத்திக்கொண்டேன். 'எல்லாம் முடிந்து விட்டது' என்று நினைத்தேன். பின்னர் ஒரு தாளில் 'அம்மா தனக்குத்தானே பேசிக்கொள்கிறாள்' என்று எழுதினேன். (அந்த வார்த்தைகளை நான் இங்கே திருப்பிச் சொல்கிறேன். முதலில் அவற்றை எழுதும்போது எனக்காக மட்டும் எழுதிக் கொண்டேன். இப்போது அவற்றை மற்றவர்களுக்குச் சொல்வதற்காக எழுதுகிறேன்.)

காலையில் அவள் எழுந்திருக்க விரும்புவதில்லை. பால்வினைப் பொருட்களையும், இனிப்பு வகைகளையும் மட்டுமே சாப்பிட்டாள். மற்றவற்றையெல்லாம் வாந்தி எடுத்து விடுவாள். பிப்ரவரி மாதம் கடைசியில் மருத்துவர் அவளை 'போன்துவாஸ்' மருத்துவமனைக்கு அனுப்பிவைத்தார். அங்கு அவள் வயிறு சிகிச்சைப் பிரிவில் அனுமதிக்கப்பட்டாள். சில

நாட்களிலேயே குணமாகிவிட்டாள். உடனே அவள் அங்கிருந்து தப்பித்துப் போக முயன்றாள். செவிலியர்கள் அவளை நாற்காலியில் கட்டி வைத்தார்கள். முதல் தடவையாக நான் அவள் பல்செட்டைக் கழுவினேன்; அவள் நகங்களைச் சுத்தப் படுத்தினேன்; அவள் முகத்தில் கிரீம் பூசினேன்.

இரண்டு வாரங்களுக்குப் பிறகு அவளை மூப்பியல் துறைக்கு மாற்றினர். அது மருத்துவமனைக்குப் பின்னால் இருந்த மூன்றடுக்குக் கட்டடம். சுற்றிலும் மரங்கள் இருந்தன. வயதானவர்கள் பெரும்பாலும் பெண்கள். பின்வருமாறு அவர்கள் பிரித்து வைக்கப்பட்டிருந்தனர்: முதல்மாடி தற்காலிகமாக அனுமதிக்கப்பட்டவர்களுக்கு ஒதுக்கப்பட்டிருந்தது. இரண்டாவது மூன்றாவது மாடிகள் கடைசிவரை அங்கிருக்கப் போகின்றவர்களுக்காக ஒதுக்கப்பட்டிருந்தன. மூன்றாவது மாடியில் குறிப்பாக உடலாலும், உள்ளத்தாலும் ஊனமுற்றவர்கள் தங்கவைக்கப்பட்டிருந்தனர். அங்கு ஒருவர் தங்கும் அறைகளும், இருவர் தங்கும் அறைகளும் இருந்தன. பூப் போட்ட காகிதங்களும், அச்சடித்த காகிதங்களும் சுவர்களை அலங்கரித்தன. ஒரு சுவர்க்கடிகாரம் மாட்டப்பட்டிருந்தது. பதப்படுத்தப்பட்ட தோலினாலான நாற்காலிகள் போடப் பட்டிருந்தன. குளியலறையும் கழிவறையும் இருந்தன. அங்கு நிரந்தரமாகத் தங்க வேண்டும் என்றால் நிறைய நாள் காத்திருக்க வேண்டும் – குறிப்பாக, குளிர்காலத்தில் நிறைய மரணங்கள் இல்லாதபோது. என் அம்மாவை முதல்தளத்தில் தங்க வைத்தார்கள்.

அவள் பேச்சில் ஆவேசம் இருந்தது. அன்றைக்கு முதல் நாள் தான் பார்த்ததாகச் சில காட்சிகளை வருணித்தாள். வங்கியில் ஒரு சிறை பிடிப்பு, நீரில் மூழ்கிக்கொண்டிருந்த ஒரு குழந்தை – இப்படிப் பல காட்சிகள் அவள் பேச்சில் இடம் பெற்றன. அவள் அப்போதுதான் கடைகளுக்குப் போய்விட்டு வந்ததாகச் சொன்னாள். கடைகளில் நிறைய கூட்டமாம். அவளுக்கு அச்சமும் வெறுப்பும் திரும்பி வந்துவிட்டனவாம். மாடு போல் உழைப்பதை அவள் விரும்பவில்லையாம், காரணம், முதலாளிகள் அவளுக்குச் சரியான சம்பளம் கொடுக்கவில்லையாம். ஆண்கள் அவள் பின்னால் சுற்றுவதாகச் சொன்னாள். என்னைப் பார்க்கும் போது கோபப்பட்டாள். "ஒரு பால் பொருள் வாங்குவதற்குக் கூட பணம் இல்லை" அவளால் முடியவில்லையாம். அவளுடைய சட்டைப் பைகளில் காலை உணவின்போது சேகரித்த ரொட்டித் துண்டுகள் இருந்தன.

அப்படி இருந்தும் அவள் எதிலும் சுணக்கம் காட்ட வில்லை. மதச் சம்பிரதாயங்கள் அவளிடமிருந்து மறைந்து

ஒரு பெண்மணியின் கதை

விட்டன. அவளுக்குக் கோயில் பூசைக்குப் போக விருப்ப மில்லை. ஜெப மாலை வைத்திருக்கக்கூட விருப்பமில்லை. சீக்கிரம் குணமடைய விரும்பினாள். ("எனக்கு என்ன பிரச்சினை என்று கண்டுபிடித்துவிடுவார்கள்.") அவ்விடத்தை விட்டுக் கிளம்பிவிட விரும்பினாள். ("நான் உன்னோடு இருந்தால் எல்லாம் சரியாகிவிடும்!). ஒவ்வொரு படியிலும் ஏறி இறங்கினாள். மது வேண்டும் என்றாள்.

ஏப்ரல் மாதம் ஒருநாள் இரவு அவள் ஆறரை மணிக்கே தூங்கிவிட்டாள். படுக்கையில் கால்கள் குத்திட்டு இருந்தன. அவற்றிற்கிடையே அவள் அந்தரங்க உறுப்பு வெளியில் தெரிந்தது. அறையில் வெப்பம் அதிகம். நான் அழத்தொடங்கினேன், ஏனென்றால், அவள் என்னுடைய அம்மா. அவளோடு நான் குழந்தைப் பருவத்திலிருந்து வாழ்ந்திருக்கிறேன். அவள் மார்பகத்தில் குருதி நாளங்கள் நீலமாகத் தெரிந்தன.

❍

அந்தச் சேவை இல்லத்தில் அவளது அங்கீகரிக்கப்பட்ட எட்டு வார காலம் முடிவுக்கு வந்துவிட்டது. ஒரு தனியார் ஓய்வு இல்லத்தில் அனுமதிக்கப்பட்டாள் - தற்காலிகமாகத்தான், ஏனென்றால், அங்கு நிதானமிழந்தவர்களை அனுமதிப்ப தில்லை. மே மாத இறுதியில், 'போந்த்துவாஸ்' மருத்துவமனை யின் முதியோர் மருத்துவப் பிரிவுக்கு அவள் திரும்பினாள். மூன்றாவது மாடியில் ஒரு இடம் காலியாகியிருந்தது.

❍

கடைசியாக ஒருமுறை, நிலைகுலைந்திருந்த அந்த நேரத்திலும், அவள் அவளாகவே இருந்தாள். அவள் காரில் இருந்து இறங்கியதும், மூக்குக் கண்ணாடியோடும், காலணிகளோடும், காலுறைகளோடும் சாம்பல் நிற உடையில் நேராக முன் கதவு வழியே நுழைந்தபோது அவளை அவளாகவே பார்த்தேன். அவளுடைய சூட்கேஸில், அவளுடைய ரவிக்கைகள், அவளுடைய உடைகள், அவளுடைய நினைவுப் பொருட்கள், புகைப்படங்கள் இருந்தன.

அவள் நிரந்தரமாக அந்த இடத்திற்குப் போய்விட்டாள். அங்குப் பருவ காலங்கள் ஒன்றன்பின் ஒன்றாக வருவதில்லை. வருடம் முழுவதும் அங்கு ஒரு சுகமான, மணமான வெப்பம் நிலவும். காலம் என்பதும் கிடையாது. சாப்பிடுவது, தூங்குவது போன்ற செயற்பாடுகள் ஒரே விதமாக மாறி மாறி நிகழ்ந்து கொண்டிருக்கும். இடையில் நேரம் கிடைக்கும்போது, தாழ்வாரங்களில் நடப்பாள். ஒரு மணி நேரத்திற்கு முன்னாலேயே

உணவருந்தும் இடத்திற்கு வந்து மேசை விரிப்பை மடக்கிக் கொண்டும், விரித்துக்கொண்டும், தொலைக்காட்சித் திரையில் ஓடிக்கொண்டிருக்கும் அமெரிக்க நாடகத்தொடர்கள், படாடோபமான விளம்பரங்கள் ஆகியவற்றைப் பார்த்துக் கொண்டும் உணவுக்காகக் காத்திருப்பாள். சில கொண்டாட்டங்களும் உண்டு. ஒவ்வொரு வியாழக்கிழமையும் தன்னார்வப் பெண்கள் கேக் விநியோகம் செய்வார்கள். புத்தாண்டு தினத்தன்று ஒரு கிளாஸ் ஷாம்பெயின் கொடுப்பார்கள். மே தினத்தில் லில்லி மலர்கள் விநியோகிப் பார்கள். அன்பின் வெளிப்பாடும் உண்டு. பெண்கள் கைகோத்து நிற்பார்கள். தலைமுடியைக் கோதிக்கொள்வார்கள். தட்டிப் பார்த்துக்கொள்வார்கள். செவிலிகளின் வழக்கமான தத்துவமும் இருக்கும்: "வாங்க, திருமதி. டி..., மிட்டாய் எடுத்துக் கொள்ளுங்கள். நேரம் போவது தெரியாமல் இருக்க உதவும். »

சில வாரங்களுக்குள், நேராக நிமிர்ந்து நிற்கும் ஆசையைக் கைவிட்டாள். தளர்ந்து, தலைகுனிந்து பாதி வளைந்து நடந்து சென்றாள். கண்ணாடி தொலைந்து போய்விட்டது. பார்வை மங்கியது. மனஅமைதிக்கான ஊக்கமருந்துகள் அதிகம் எடுத்துக் கொண்டதால் முகம் சற்றே வீங்கி இருந்தது. அவள் தோற்றத்தில் ஏதோ காட்டுமிராண்டித்தனம் தென்பட்டது.

அவள் கொஞ்சம் கொஞ்சமாக தனக்குச் சொந்தமான பொருட்களை எல்லாம் இழந்துகொண்டிருந்தாள். அவளுக்கு மிகவும் பிடித்தமான ஒரு கார்டிகன், இரண்டாவது செட் மூக்குக்கண்ணாடி, அலங்காரப்பெட்டி ஆகியவையெல்லாம் காணாமல் போய்விட்டன.

அவள் அதைப் பற்றிக் கவலைப்படவில்லை. அவற்றைத் தேடிக் கண்டுபிடிக்கும் முயற்சியிலும் ஈடுபடவில்லை. அவளுக்குச் சொந்தமானது எது என்றும் அவளுக்கு நினைவில் இல்லை. அவளுக்கு எதுவுமே சொந்தமில்லை என்றுதான் நினைத்தாள். ஒருநாள் ஒரு புகைபோக்கித் துடைப்பத்தைப் பார்த்தாள். அவள்தான் ஒரு காலத்தில் அன்னெசி நகரிலிருந்து அதை எடுத்து வந்திருந்தாள். அதைப் பார்த்து "இதுபோல் என்னிடம் ஒன்று அந்த காலத்தில் இருந்தது" என்றாள். மற்ற பெண்களைப் போல் அவளுக்கும் ஒரு மேல் உள்ளாடையும், அதன் மேல் ஒரு பூப் போட்ட ரவிக்கையும் அணிவித்திருந் தார்கள். அவள் அதைப்பற்றிக் கூச்சப்படவில்லை. சிறுநீர் கழிப்பதற்குப் போடப்பட்டிருந்த உபகரணமும் அவளுக்கு வெட்கத்தைத் தரவில்லை. உணவை வெறும் கையால் நிறைய அள்ளிச் சாப்பிட்டாள்.

ஒரு பெண்மணியின் கதை

சுற்றி இருக்கும் மக்களை மேலும் மேலும் அவளால் அடையாளம் கண்டுகொள்ள முடியவில்லை. அவளிடமிருந்து வந்த வார்த்தைகள் அர்த்தமில்லாதவையாகிவிட்டன. கேள்வி கேட்டால் பதில் சொன்னாள் – ஆனால் சம்பந்தமில்லாமல் பதில் சொன்னாள். மொழியின் இயக்கம் முழுமையாகவே இருந்தது. அவளுடைய வாக்கியங்கள் தொடர்புடையவனவாக இருந்தன. ஒழுங்காகவும் உச்சரிக்கப்பட்டன. ஆனால் அவை நிஜத்தோடு ஒன்றிப்போகவில்லை. எல்லாம் அவள் கற்பனையில் உதித்தவை தான். அவள் நிஜத்தில் வாழ முடியாத வாழ்க்கையைக் கற்பனையில் வாழ்ந்துகொண்டிருந்தாள். கற்பனையில் அவள் பாரிசுக்குப் போனாள். அங்கு சிவப்பு மீன்கள் வாங்கினாள். கற்பனையில் அவள் தன் கணவனின் கல்லறைக்குச் சென்று வந்தாள். சிலசமயம் அவளுக்குத் தன்னைப் பற்றிய உணர்வு வரும்: "என்னுடைய நிலைமை இனிமேல் இயல்புக்கு வராது என்று நினைக்கிறேன்" என்பாள். ஏதோ ஒன்றை நினைத்துக் கொண்டு "என் மகள் மகிழ்ச்சியாக இருக்க வேண்டும் என்று தான் நான் எல்லாமும் செய்தேன். ஆனால் அவளால் நினைத்த அளவுக்கு மகிழ்ச்சியாக இருக்க முடியவில்லை" என்றாள்.

○

கோடைக்காலத்தைக் கடந்துவிட்டாள். (அப்போது அவளுக்குப் பூங்காவில் போய் உட்காருவதற்குச் சௌகரியமாக வைக்கோலால் பின்னப்பட்ட ஒரு தொப்பியை அணிவித்தார்கள்.) பின்னர் அவள் குளிர்காலத்தையும் கடந்து விட்டாள். வருடப் பிறப்பு அன்று அவளுக்கு ஒரு புது ரவிக்கையும் ஒரு பாவாடையும் அணிவித்தார்கள். 'ஷம்பாஞ்' மது கொடுத்தார்கள். அவள் மெதுவாக நடந்தாள். தாழ்வாரத்தில் சுவர் ஓரமாகப் பொருத்தப்பட்டிருந்த இரும்புக் கைப்பிடியைப் பிடித்துக்கொண்டுதான் நடந்தாள். சில சமயங்களில் விழுந்து விடுவாள். பல் செட்டின் கீழ்பகுதி உடைந்துவிட்டது. பின்னர் மேல் பகுதியும் உடைந்துவிட்டது. அவள் உதடுகள் சுருங்கி விட்டன. தாடை பெரிதாகத் தெரிந்தது. அவளைப் பார்க்கப் போகும்போது அவள் முன்பைவிடக் குறைவான மனிதத் தன்மை கொண்டிருப்பாள் என்ற கவலை இருந்தது. தூரத்தில் இருந்து பார்க்கும்போது, அவளைப் பழைய அம்சங்களோடு தான் பார்ப்பேன். தற்போது இருப்பது போல் பார்க்கமாட்டேன்.

○

அடுத்து வந்த கோடையின்போது, அவளுக்கு ஓர் இடுப்பு எலும்பு முறிந்துவிட்டது. அவளுக்கு அறுவை சிகிச்சை செய்ய

வில்லை. செயற்கை எலும்பு பொருத்தலாம் – மூக்குக் கண்ணாடி அல்லது பற்கள் பொருத்துவது போல். ஆனால் அதெல்லாம் இப்போது தேவையில்லை. அவள் தன்னுடைய தள்ளு நாற்காலியை விட்டு எழுந்திருப்பதில்லை. அவளை ஒரு துணியை வைத்து நாற்காலியோடு கட்டிவிட்டார்கள். மற்ற பெண்களோடு அவளையும் சமையல் அறையில் தொலைக்காட்சி முன்பு உட்கார வைத்துவிட்டார்கள்.

அவளைத் தெரிந்தவர்கள் எனக்கு “அவளுக்கு ஏன் இந்த கதி” என்று எழுதுவார்கள். அவர்களைப் பொறுத்தவரையில், “அவள் போய்விடுவதே மேல்”. ஒருநாள் சமுதாயம் முழுவதும் இதே கருத்தைக் கொண்டிருக்க வாய்ப்பு இருந்தது. அவர்கள் வந்து அவளைப் பார்ப்பதில்லை. அவர்களைப் பொறுத்தவரையில், அவள் ஏற்கனவே இறந்துவிட்டாள். ஆனால் அவளுக்கோ உயிர் மேல் ஆசை. இரண்டு கால்களில் ஒரு கால்தான் சரியாக இருந்தது. அந்த ஒற்றைக் காலில் எழுந்து நிற்க முயன்றாள். தன்னைக் கட்டி வைத்திருந்த துணியைத் தூக்கி எறிய முயன்றாள். அவளுக்கு எதிரே இருந்த எந்த ஒரு பொருளையும் கை நீட்டி எடுக்க முயன்றாள். அவளுக்கு எப்போதும் பசி. அவளுடைய சக்தி முழுவதும் அவள் வாயில் அடங்கி இருந்தது. அவளுக்குத் தன்னை யாராவது முத்தமிட்டால் தேவலாம்போல் இருந்தது. உதடுகளை அதற்காகவே தயார்நிலையில் வைத்திருந்தாள். அவள் ஒரு சிறுபெண், ஆனால் வளர முடியாத சிறு பெண்.

நான் அவளுக்குச் சாக்லெட், ரொட்டி முதலியவற்றைச் சிறுசிறு துண்டுகளாக நறுக்கிக்கொண்டு வந்துகொடுப்பேன். ஆனால், தொடக்கத்தில் நான் அவளுக்கு நல்ல கேக்– அதாவது கிரீம் அதிகம் உள்ளதாகவும் கெட்டியானதாகவும் உள்ள கேக்– வாங்கி வரவில்லை. அவள் நாக்கும் பல்லும் அதனைச் சாப்பிடப் படும் கஷ்டத்தை நான் பார்த்ததுண்டு. அவள் கைகளை நான் சுத்தம் செய்துவிடுவேன். அவள் முகத்தில் சவரம் செய்து விடுவேன். அவளுக்கு வாசனைத் திரவியங்கள் பூசிவிடுவேன். ஒருநாள் அவளுக்குத் தலை வாரிவிட்டேன். அவள் “நீ எனக்குத் தலை வாரி விடும்போது சுகமாக இருக்கிறது” என்றாள். அதன் பிறகு நானேதான் எப்போதும் அவளுக்குத் தலை வாரி விடுவேன். அவள் அறையில் அவளுக்கு முன்னால் உட்கார்ந்திருப்பேன். அடிக்கடி அவள் என்னுடைய பாவாடை துணியைத் தொட்டுப் பார்ப்பாள். அதன் தரத்தை அறிய விரும்பினாள் போலும். நான் கேக் வாங்கி வந்த பெட்டியின் காகிதத்தைக் கிழிப்பாள். பணத்தைப் பற்றிப் பேசுவாள்; வாடிக்கையாளர்களைப் பற்றிப் பேசுவாள்; தலையைப் பின்னால் சாய்த்துக்கொண்டு சிரிப்பாள்.

அதெல்லாம் அவளுக்கு சகஜமான ஒன்று. அவள் பேசிய பேச்சு, வாழ்க்கை முழுவதும் அவள் பேசிய பேச்சுதான். அவள் இறந்து போவதை நான் விரும்பவில்லை.

அவளுக்கு உணவு ஊட்டுவது, அவளைத் தொடுவது, அவள் சொல்லுவதைக் கேட்பதெல்லாம் எனக்குத் தேவையாக இருந்தது.

பல தடவை அவளை வீட்டுக்கு அழைத்துக்கொண்டு போய் நானே பார்த்துக்கொள்ளலாம் என்ற விருப்பம் வரும். ஆனால், அது என்னால் முடியாது என்று உடனேயே விட்டுவிடுவேன். மற்றவர்கள் "அதைத் தவிர நீ வேறு ஒன்றும் செய்ய முடியாது" என்று சொன்னாலும்கூட அவளை அந்த முதியோர் இல்லத்தில் சேர்த்தது ஒரு குற்ற உணர்ச்சியை ஏற்படுத்தியது என்னவோ உண்மைதான்.

○

அவள் மேலும் ஒரு குளிர்காலத்தைக் கடந்தாள். ஈஸ்டர் திருவிழா ஞாயிறன்று, நான் அவளைப் பார்க்க ஃபோர்சீத்தியா மலர்களோடு வந்தேன். குளிரடித்தது. வானம் கருத்திருந்தது. மற்ற பெண்களைப் போல் அவளும் உணவறையில் இருந்தாள். தொலைக்காட்சி இயங்கிக் கொண்டிருந்தது. நான் அவளை நெருங்கும்போது, அவள் என்னைப் பார்த்து புன்னகைத்தாள். அவள் அமர்ந்திருந்த நாற்காலியை, அவள் அறை வரை தள்ளிக் கொண்டு போனேன். ஃபோர்சீத்தியா மலர்களின் கிளைகளை ஒரு பூச்சாடியில் அடுக்கி வைத்தேன். அவளருகில் போய் உட்கார்ந்துகொண்டு, அவளுக்கு சாக்லேட் கொடுத்தேன். அவளுக்கு நீண்ட கம்பளி மேற்சோடு அணிவித்திருந்தார்கள். அவை முழங்காலுக்கு மேல் வந்தது. மேலாடை குட்டையாக இருந்ததால் அவளுடைய மெலிந்துபோன தொடைகள் தெரிந்தன. அவளுடைய கைகளைத் துடைத்துவிட்டேன். வாயைத் துடைத்துவிட்டேன். அவளுடைய தோல் கதகதப்பாக இருந்தது. அந்த சமயம் அவள் ஃபோர்சீத்தியா மலர்க் கிளைகளைத் தொட முயன்றாள். பின்னர் நானே அவளைத் திரும்பவும் உணவறைக்குக் கொண்டு வந்தேன். அங்கு தொலைக்காட்சியில் ழாக் மர்த்தேனின் 'ரசிகர்களின் பள்ளி' நடந்துகொண்டிருந்தது. அவளைக் கட்டி அணைத்துவிட்டு, மின்தூக்கியின் மூலம் நான் வெளியேறினேன். மறுநாள், அவள் இறந்துவிட்டாள்.

○

தொடர்ந்து வந்த வாரத்தில், அவள் உயிரோடு இருந்த அந்த ஞாயிற்றுக்கிழமையையும், அவள் அணிந்திருந்த பழுப்பு நிற மேற்சோடுகளையும், அவளுடைய சைகைகளையும், நான் விடைபெற்றபோது அவள் முகத்தில் இருந்த புன்னகையையும், பின்னர் திங்கள்கிழமை அவள் கட்டிலில் இறந்துகிடந்ததையும் என் மனக்கண்முன் திருப்பிப் பார்த்தேன். அந்த இரண்டு நாட்களையும் என்னால் சேர்த்து பார்க்க முடியவில்லை.

ஆனால் இப்போதோ ஒரு தொடர்பு இருக்கிறது.

❍

அது பிப்ரவரி மாதக் கடைசி அடிக்கடி மழை பெய்தது. காலநிலை மிகவும் இதமாக இருந்தது. அன்று மாலை நான் கடைக்குப் போகும் வேலைகளையெல்லாம் முடித்துவிட்டு, ஓய்வு இல்லத்தின் பக்கம் திரும்பி வந்தேன். அந்தக் கட்டடம் பிரகாசமாகத் தெரிந்தது. 'வாருங்கள்' என்று அழைப்பது போல் தோன்றியது. என் அம்மாவின் பழைய அறையின் ஜன்னலில் விளக்கு எரிந்தது. முதல் தடவையாக எனக்கு வியப்பு. அவள் இருந்த இடத்தில் வேறு யாரோ ஒருவர் வந்திருந்தார். இருபத்தி ஒன்றாம் நூற்றாண்டில், ஒருநாள் நானும் அந்த இல்லத்தில் என்னுடைய குட்டைத் துண்டை விரித்துக்கொண்டும், மடித்துக்கொண்டும், உணவை எதிர்பார்த்துக்கொண்டும் இருப்பேன் – அங்கில்லையென்றால் வேறு எங்காவது !

❍

நான் எழுதிக்கொண்டிருந்த பத்து மாதங்களில் அவளைப் பற்றி ஒவ்வொரு இரவும் கனவு கண்டிருக்கிறேன். ஒருதடவை நான், சுற்றிலும் நீர் சூழ்ந்திருக்க, ஓர் ஆற்றின் நடுவில் படுத்திருக்கிறேன். என்னுடைய வயிற்றிலிருந்தும், சிறு பெண்ணாக இருந்தபோது வழவழப்பாக இருந்த என் பெண்குறியிலிருந்தும் இழை இழையாகச் செடிகள் வந்து மிதந்தது போல் இருந்தது. என்னுடைய பெண்குறியில் இருந்து மட்டுமல்ல – என்னுடைய தாயின் பெண்குறியில் இருந்தும்!

❍

சில சமயங்களில், அவள் மருத்துவமனைக்குப் புறப்படுவதற்கு முன், வீட்டில் அவளோடு இருந்தது போன்ற உணர்வு எனக்கு ஏற்படும். அவள் இறந்துவிட்டாள் என்று தெரிந்தும்கூட, அவள் மாடிப்படியிலிருந்து தன்னுடைய தையல் பெட்டியுடன்

இறங்கி வந்து ஹாலில் உட்காருவாள் என்று எதிர்பார்ப்பேன். அந்த உணர்வில், அவளுடைய உண்மையான மறைவைவிட பொய்த் தோற்றமான அவளுடைய தரிசனம் அதிக அழுத்தமாக இருக்கும். அதுதான் மறதியின் முதல் வடிவம்.

○

நான் இந்தப் புத்தகத்தின் முதல் பக்கங்களைத் திருப்பிப் படித்தேன். எனக்கு ஒரே வியப்பு. நான் அதற்குள் சில விவரங்களை மறந்துபோய்விட்டேன். அமரர் விடுதியில் நாங்கள் காத்திருந்தபோது, தொழிலாளர் ஒருவர் தொலைபேசியில் பேசியது, பின்னர் பேரங்காடியில் தாரினால் எழுதப்பட்டிருந்த வாசகம் – இவையெல்லாம் எனக்கு நினைவுக்கு வரவில்லை.

○

சில வாரங்களுக்கு முன், என் சித்திகளில் ஒருத்தி தொழிற்சாலையில் அம்மாவும் அப்பாவும் கழிவறைகளில்தான் சந்தித்துக் கொண்டார்கள் என்று சொன்னாள். என் தாயார் இறந்துவிட்ட இத்தருணத்தில், அவளைப் பற்றி அவள் வாழ்ந்த காலத்தில் எனக்குத் தெரிந்திருந்ததைவிட வேறு எதையும் நான் தெரிந்து கொள்ள விரும்பவில்லை. அவளைப் பற்றிய பிம்பம் என்னுடைய சிறுவயதில் நான் கற்பனை செய்து கொண்டது தான் என் முன்னால் நிற்கும் – ஒரு பெரிய வெள்ளை உருவம்.

○

அவள் சிமோன் தெ போவார் இறப்பதற்கும் எட்டு நாட்களுக்கு முன் இறந்தாள். அவள் ஈதலை விரும்பினாள். எழுதுவதும்கூட ஒரு வகை ஈகைதானே.

○

இது ஒரு வாழ்க்கை வரலாறு அல்ல. நிச்சயமாக ஒரு நாவலும் கூட அல்ல. இலக்கியம், சமூகவியல், வரலாறு ஆகியவற்றின் இடையில் இது இடம் பெற வேண்டும். ஒடுக்கப்பட்டவர்கள் மத்தியில் பிறந்த என் தாயார் அச்சூழலைவிட்டு வெளியேற விரும்பினாள். நான் நுழைந்திருந்த உலகில் – சொற்களும் கருத்துகளும் ஆதிக்கம் செலுத்துகிற உலகில் – என் தனிமையும், பொய்த்தோற்றமும் குறைய வேண்டுமானால், அவள் வரலாறாகிவிட வேண்டும்.

○

நான் அவள் குரலை இனிமேல் கேட்க முடியாது. அவளுடைய வார்த்தைகளும், கைகளும், சைகைகளும், அவள் சிரிக்கும் விதமும், நடக்கும் விதமும் இப்போதிருக்கும் என்னை என் குழந்தைப் பருவத்தோடு இணைத்திருக்கின்றன. நான் உருவான உலகோடு எனக்கிருந்த கடைசித் தொடர்பை இழந்து விட்டேன்.

ஞாயிறு, ஏப்ரல் 20, 86 – பிப்ரவரி 26, 87